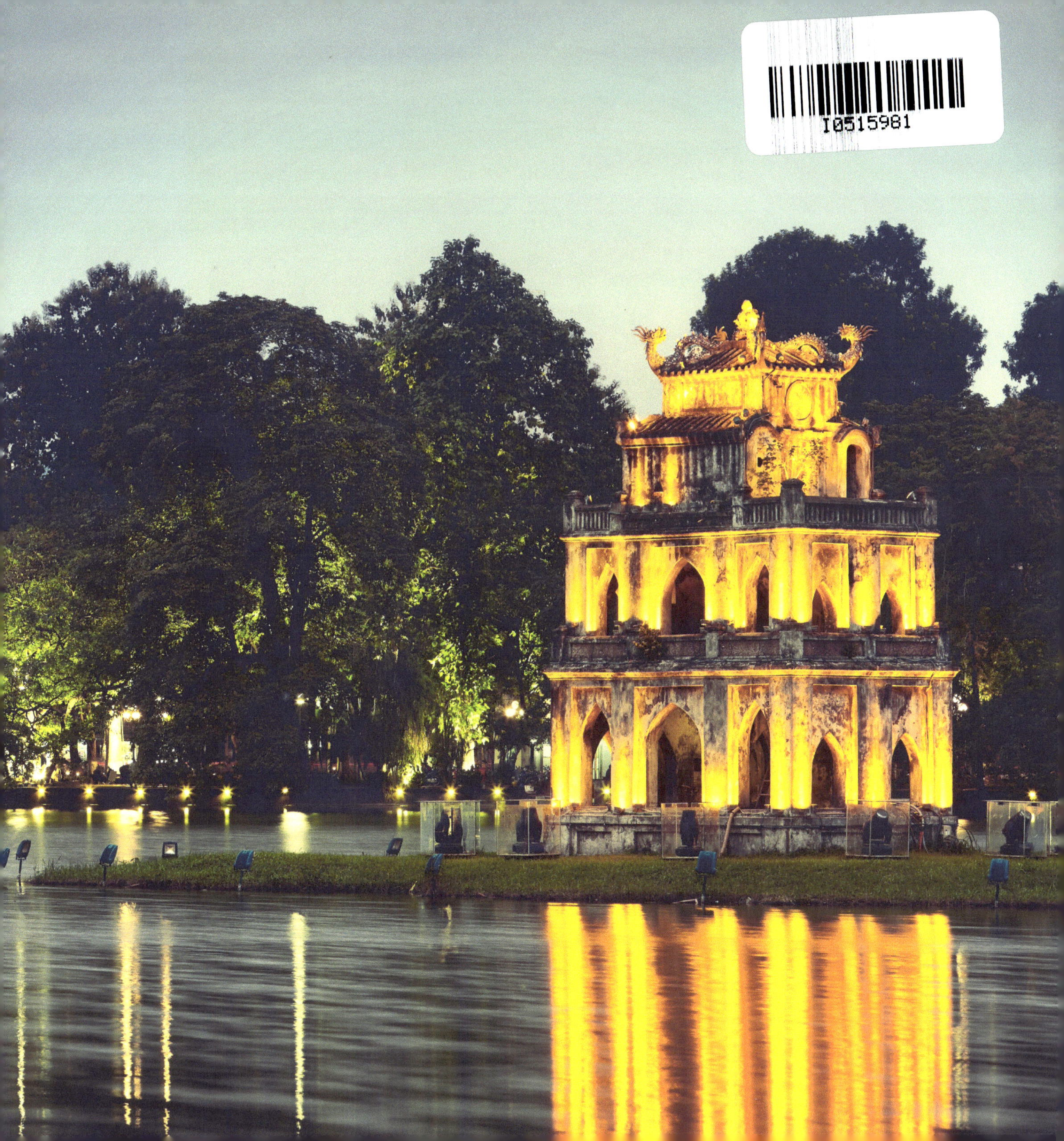

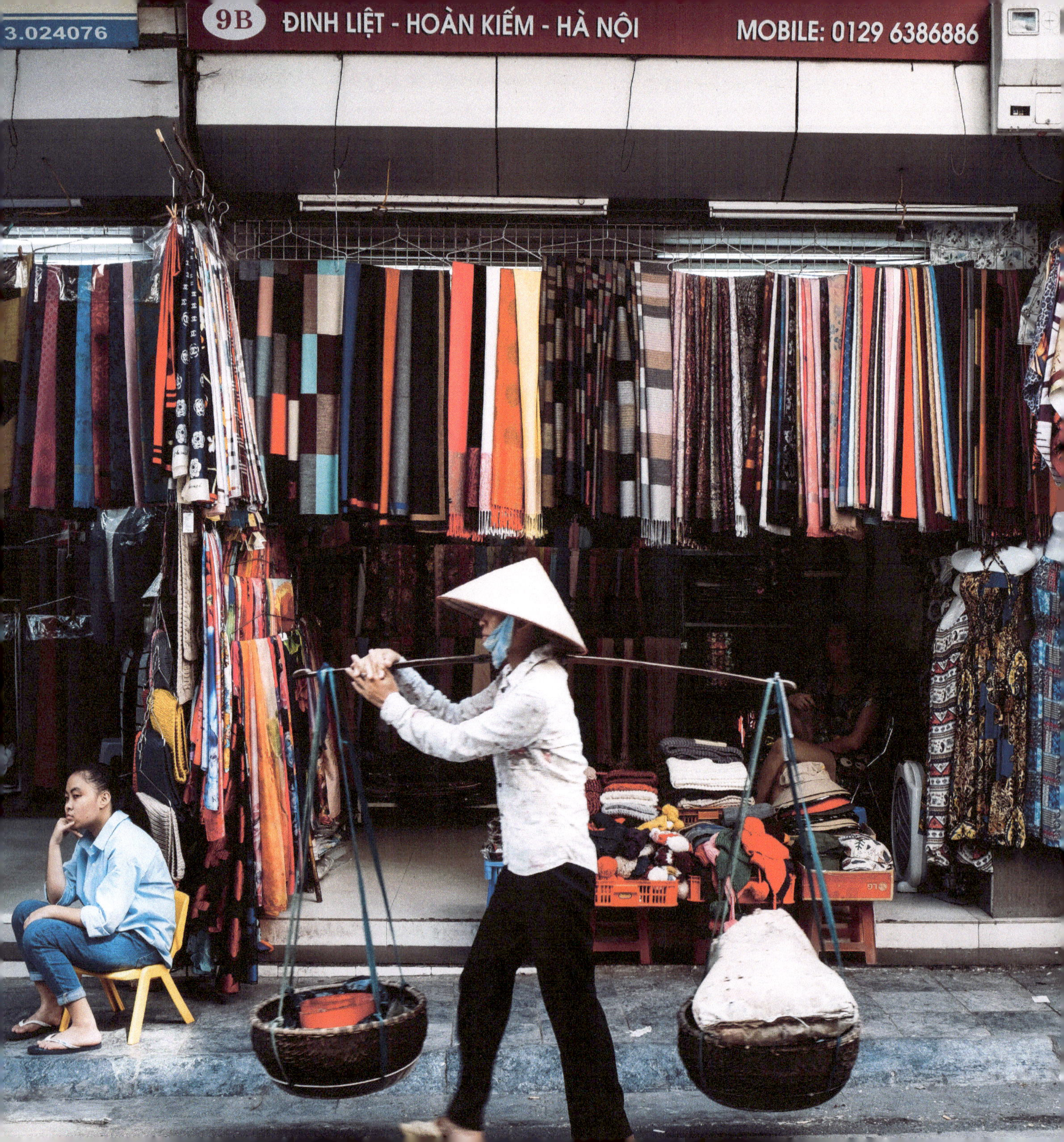
3.024076
9B
ĐINH LIỆT - HOÀN KIẾM - HÀ NỘI
MOBILE: 0129 6386886

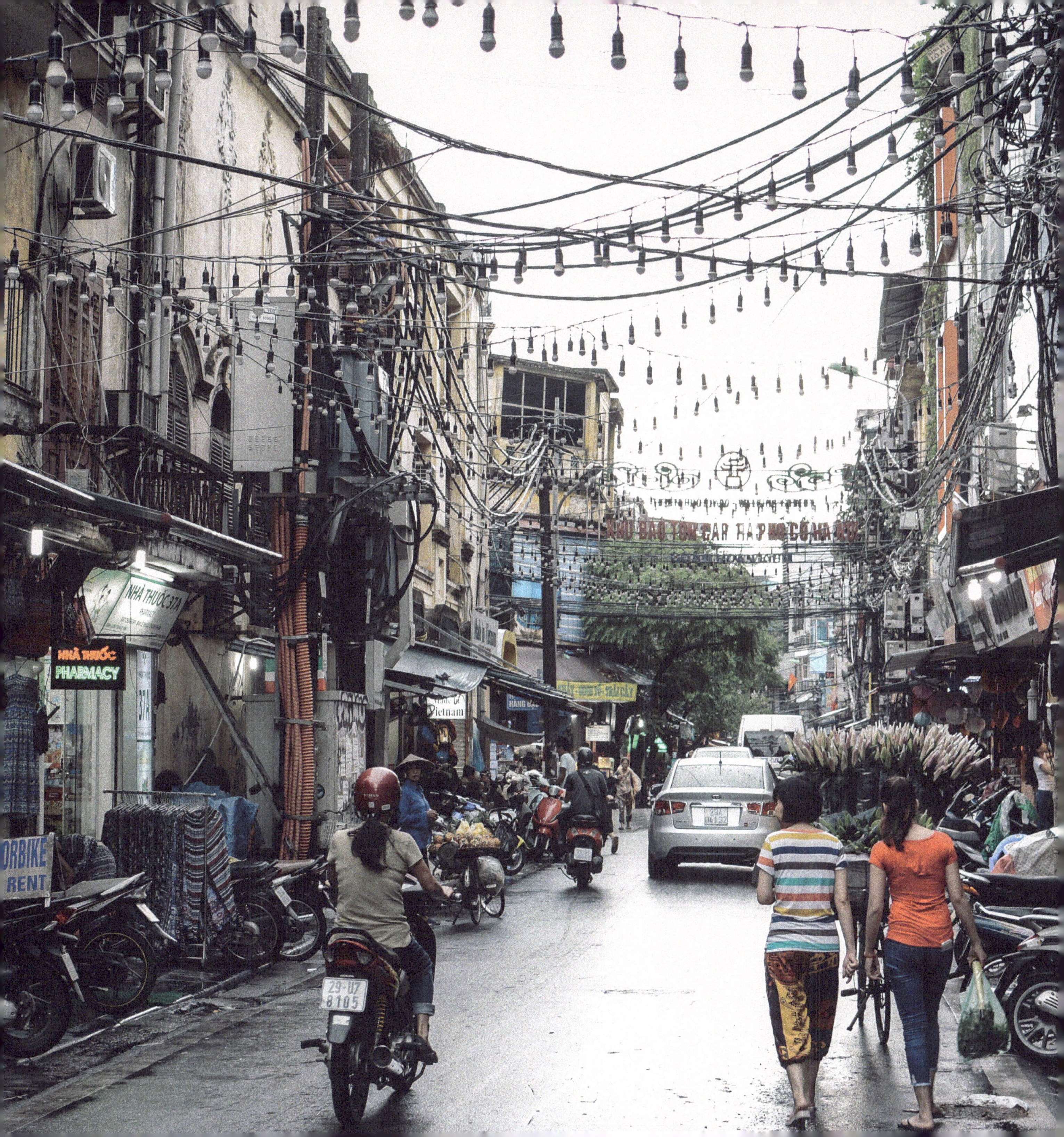
NHÀ THUỐC
PHARMACY
ORBIKE
RENT

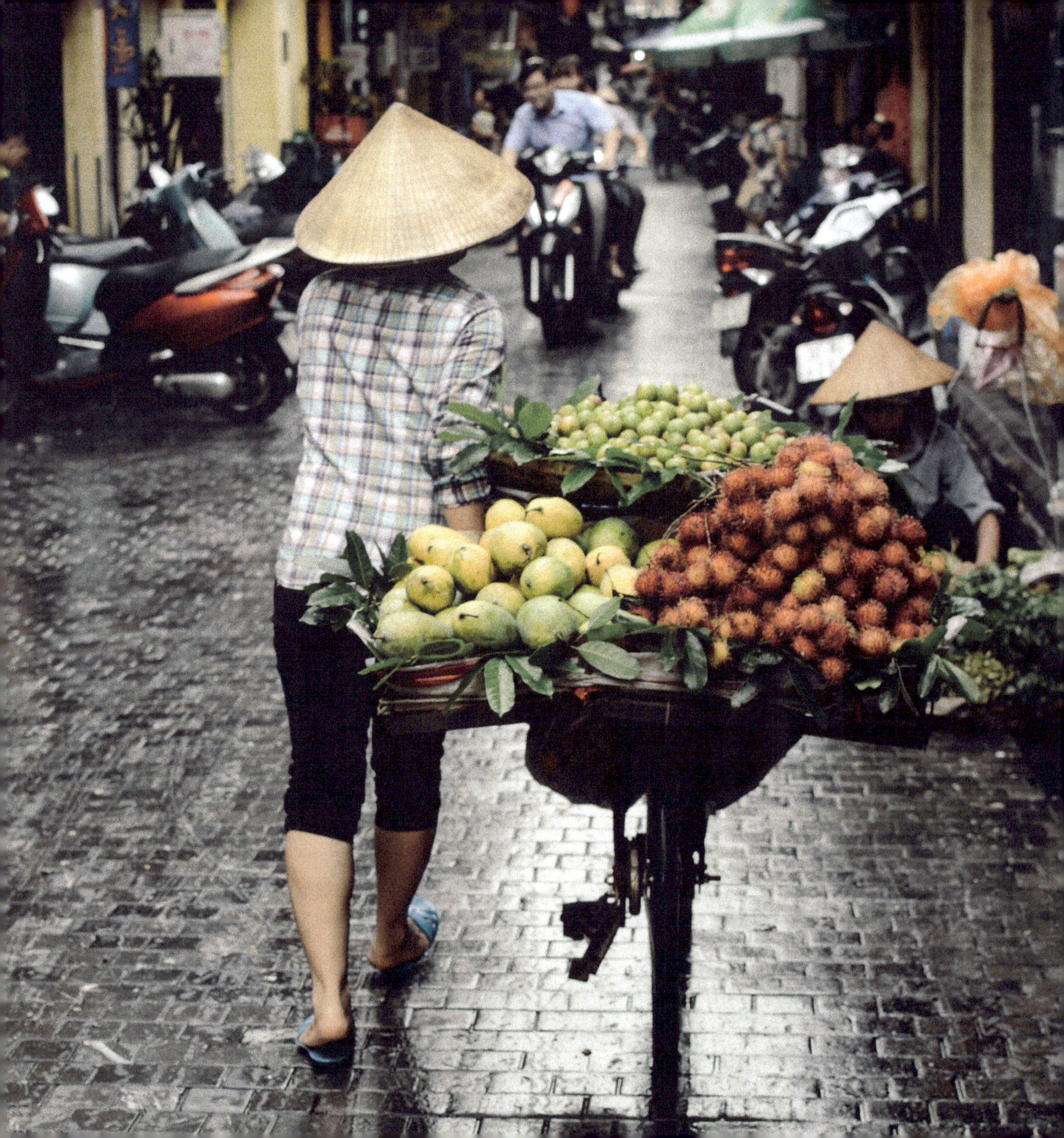

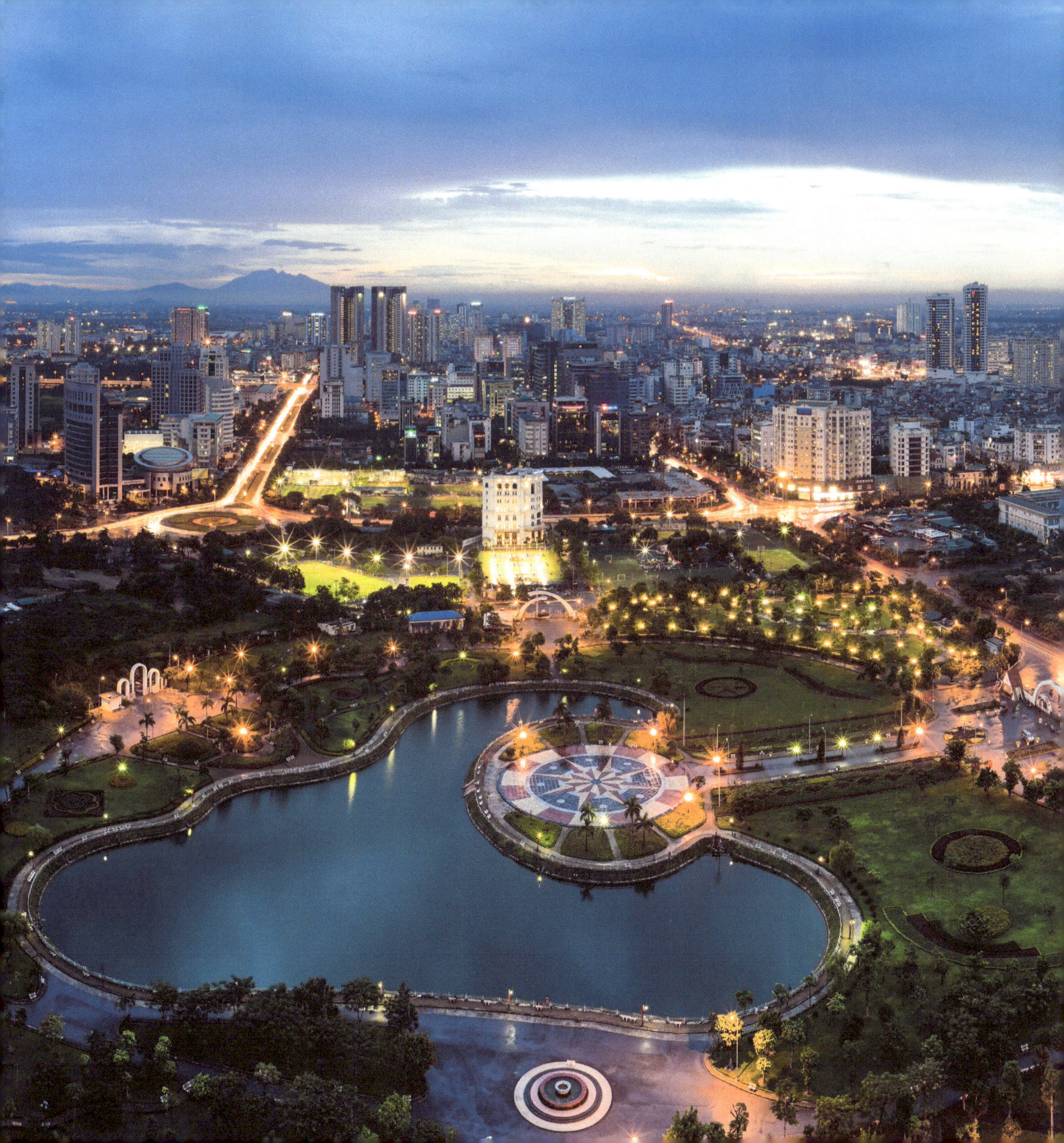

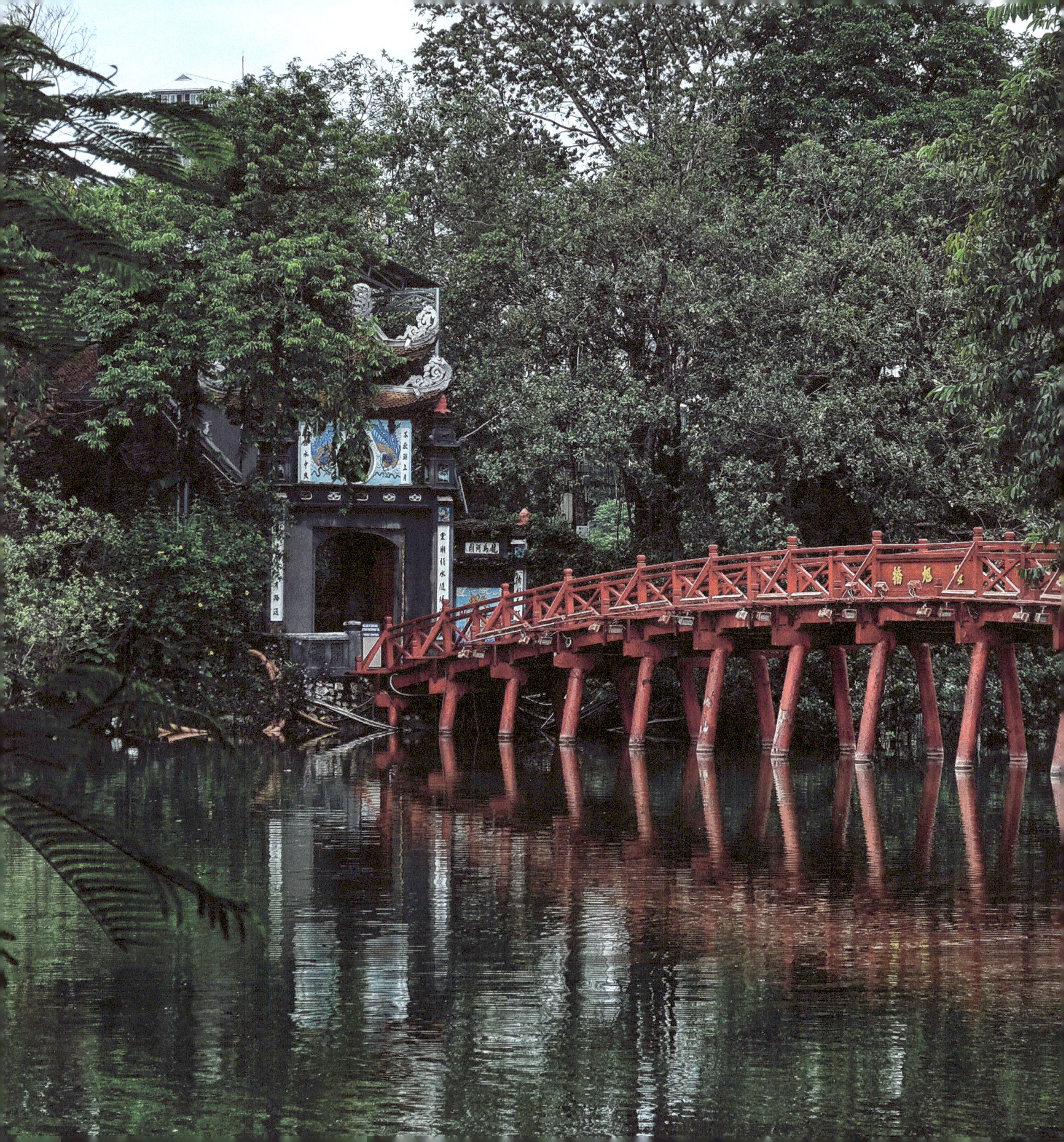

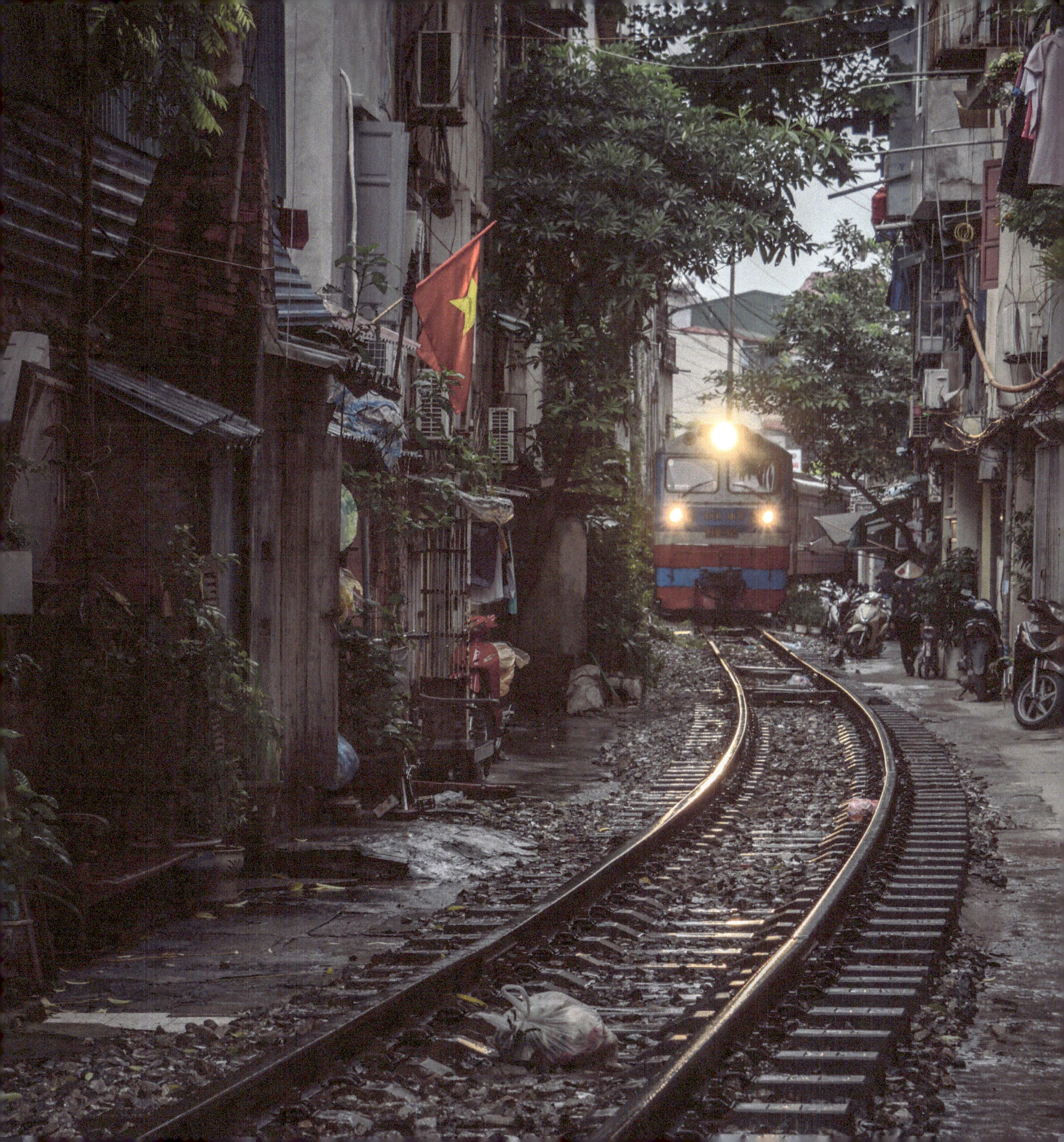

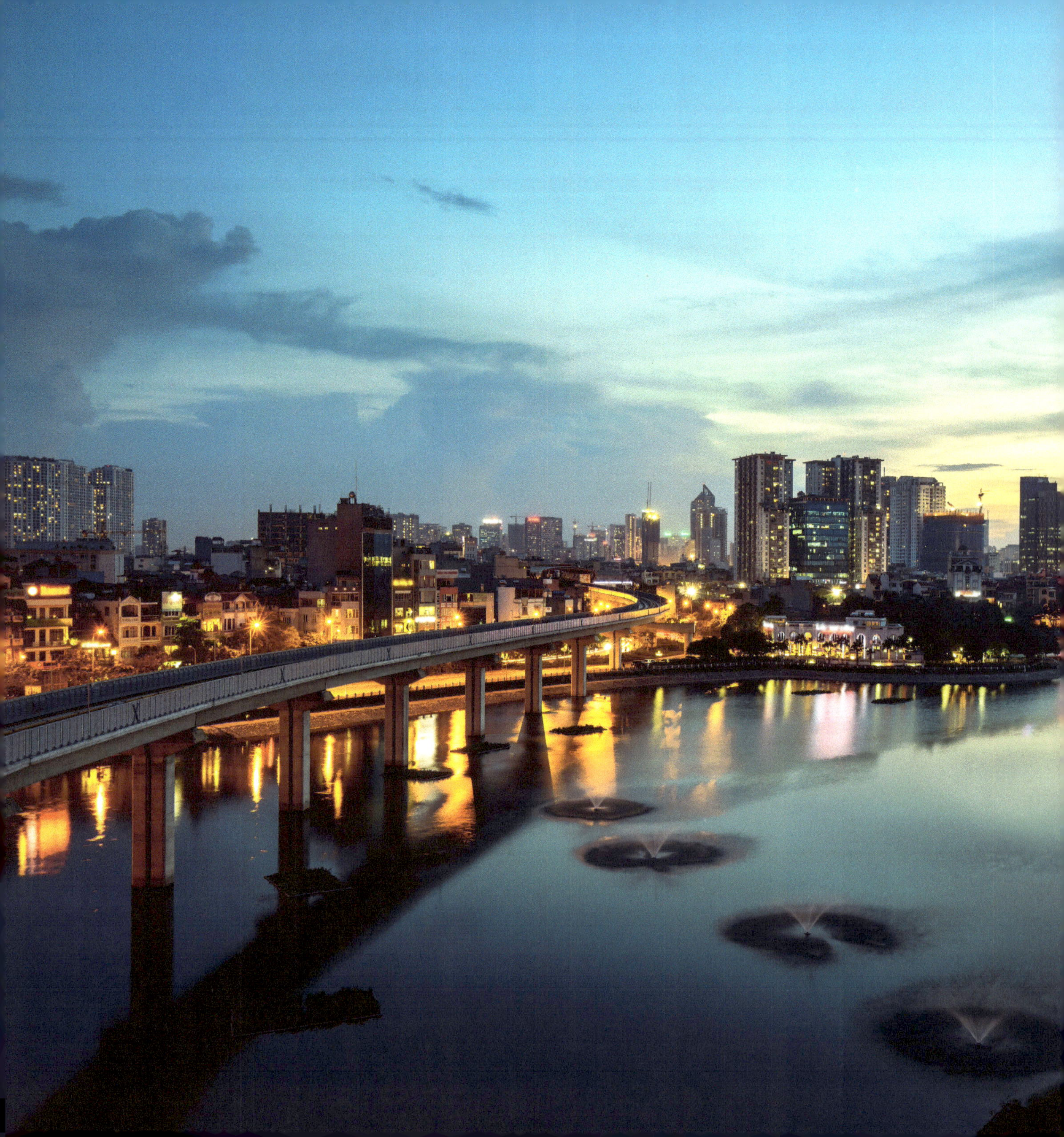

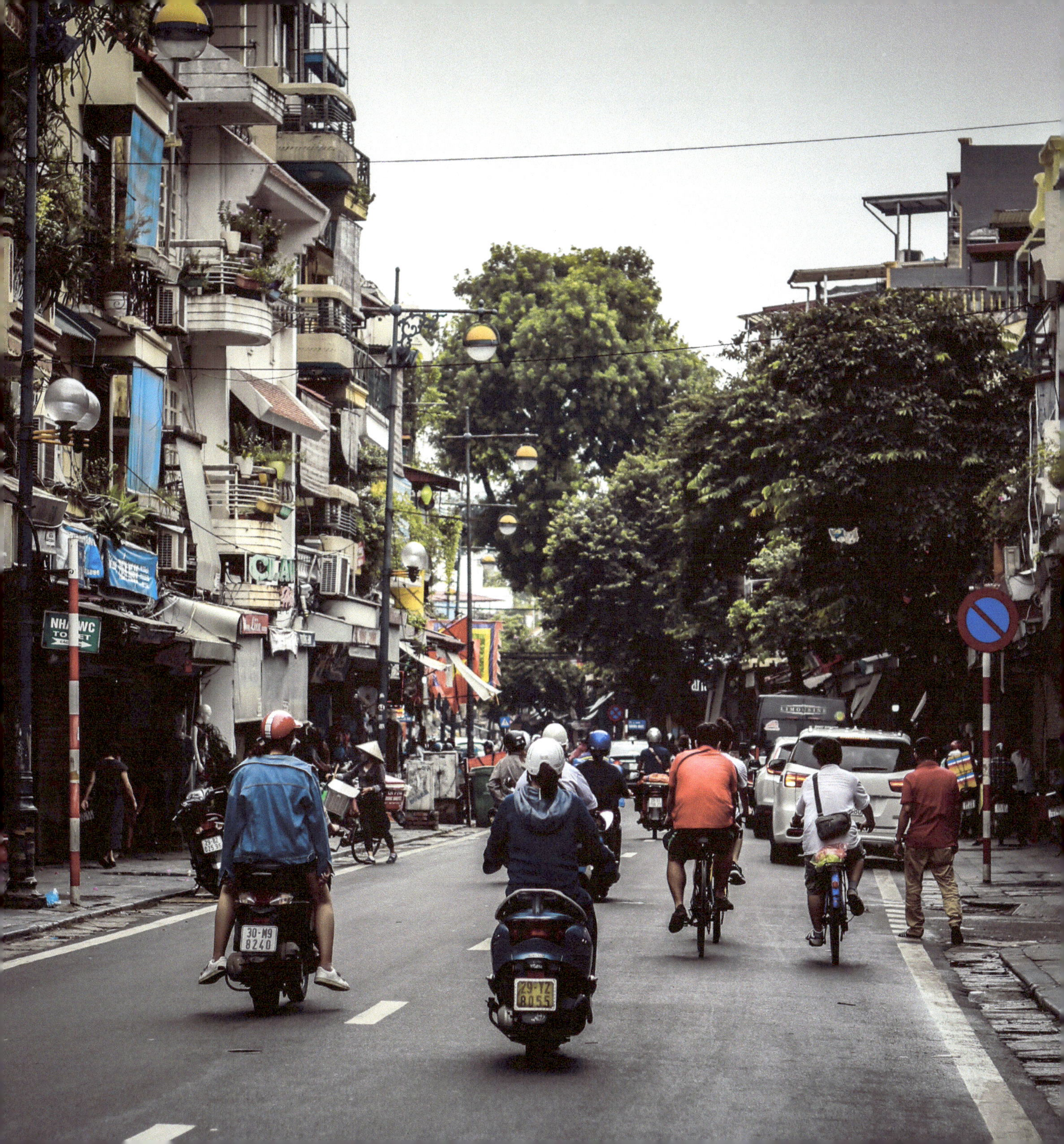
30-M9
8240
29-YZ
8055

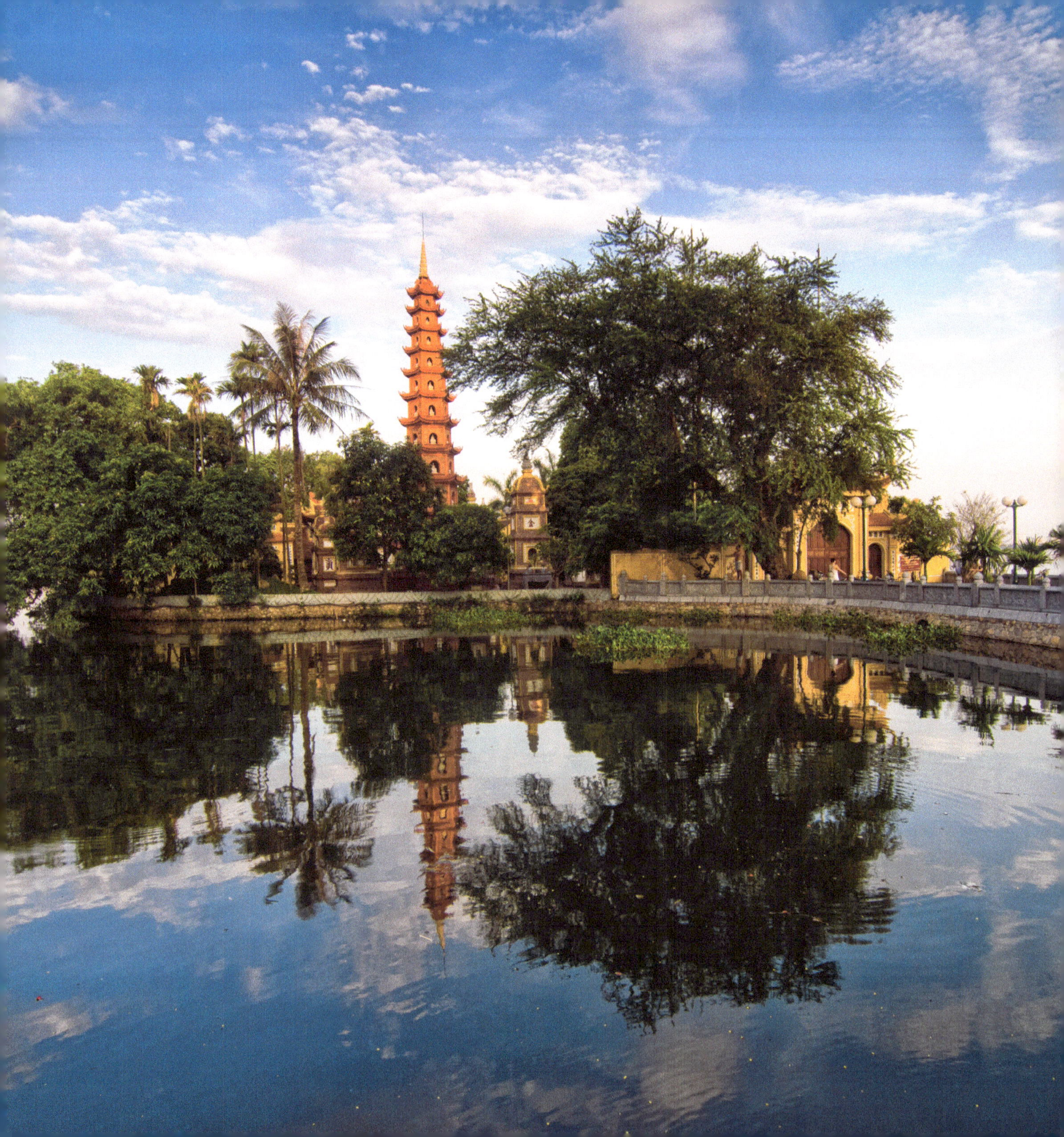

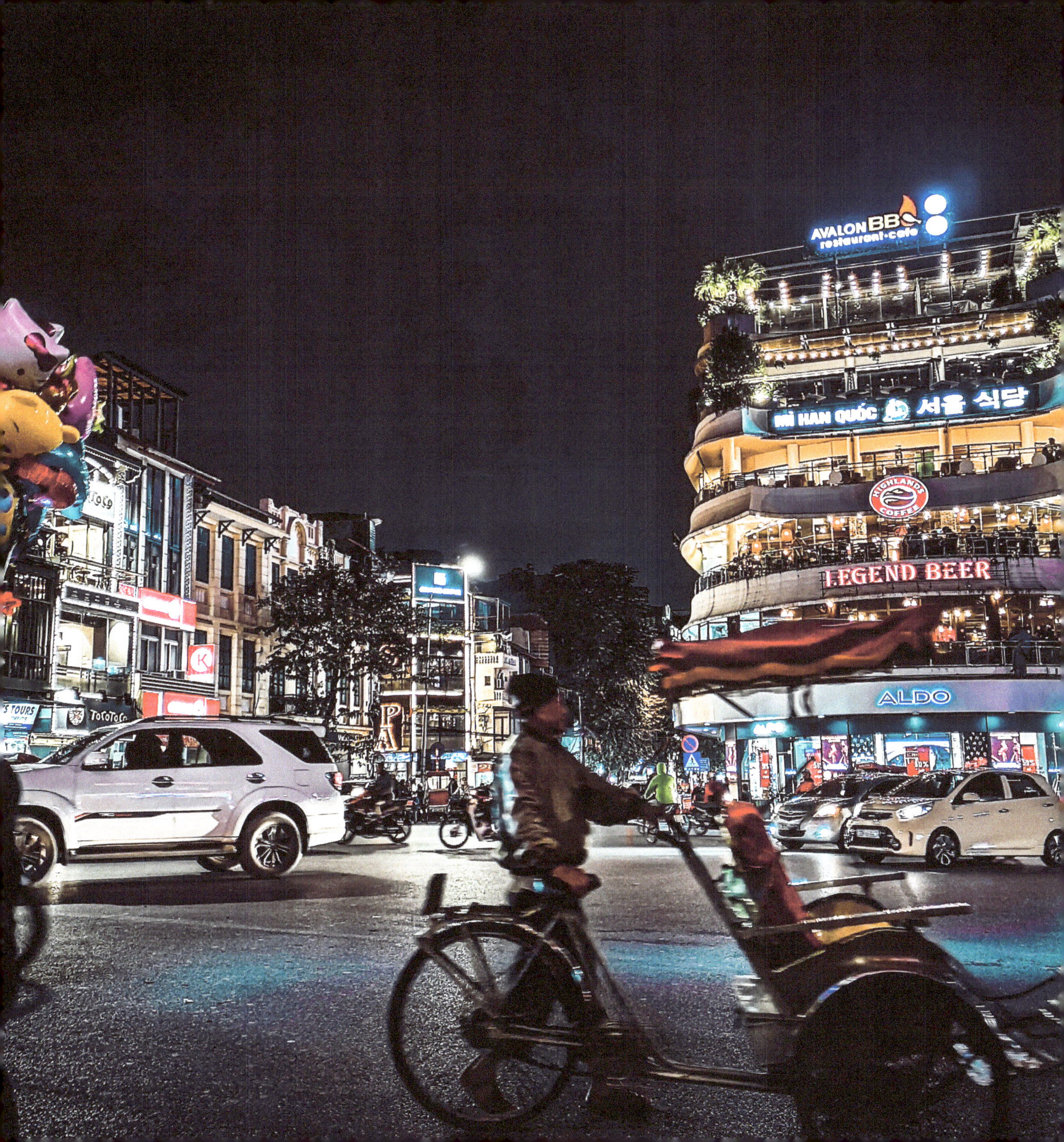
AVALON BB
restaurant·cafe
서울 식당
HIGHLANDS COFFEE
LEGEND BEER
ALDO
TOCOTOCO

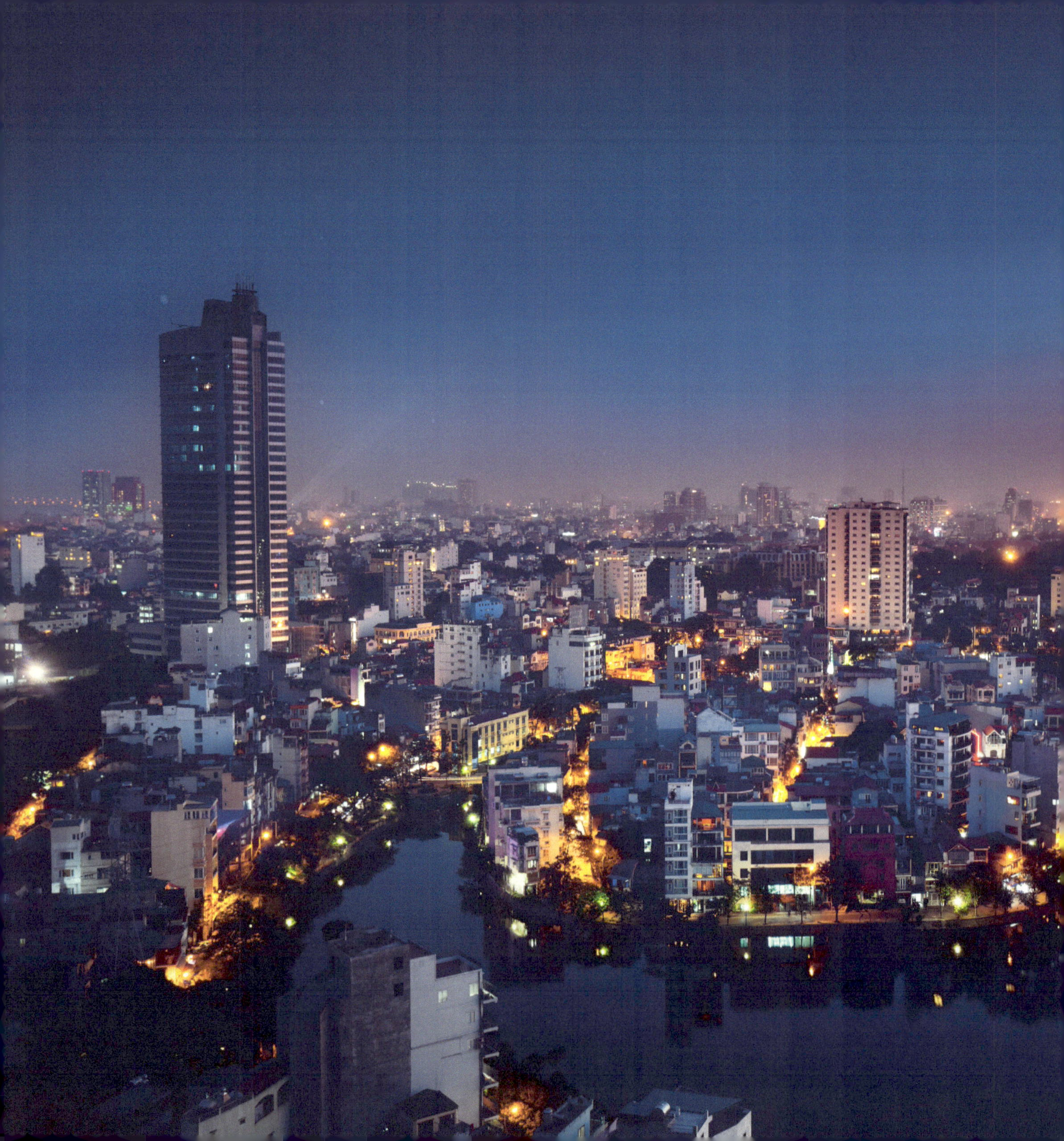

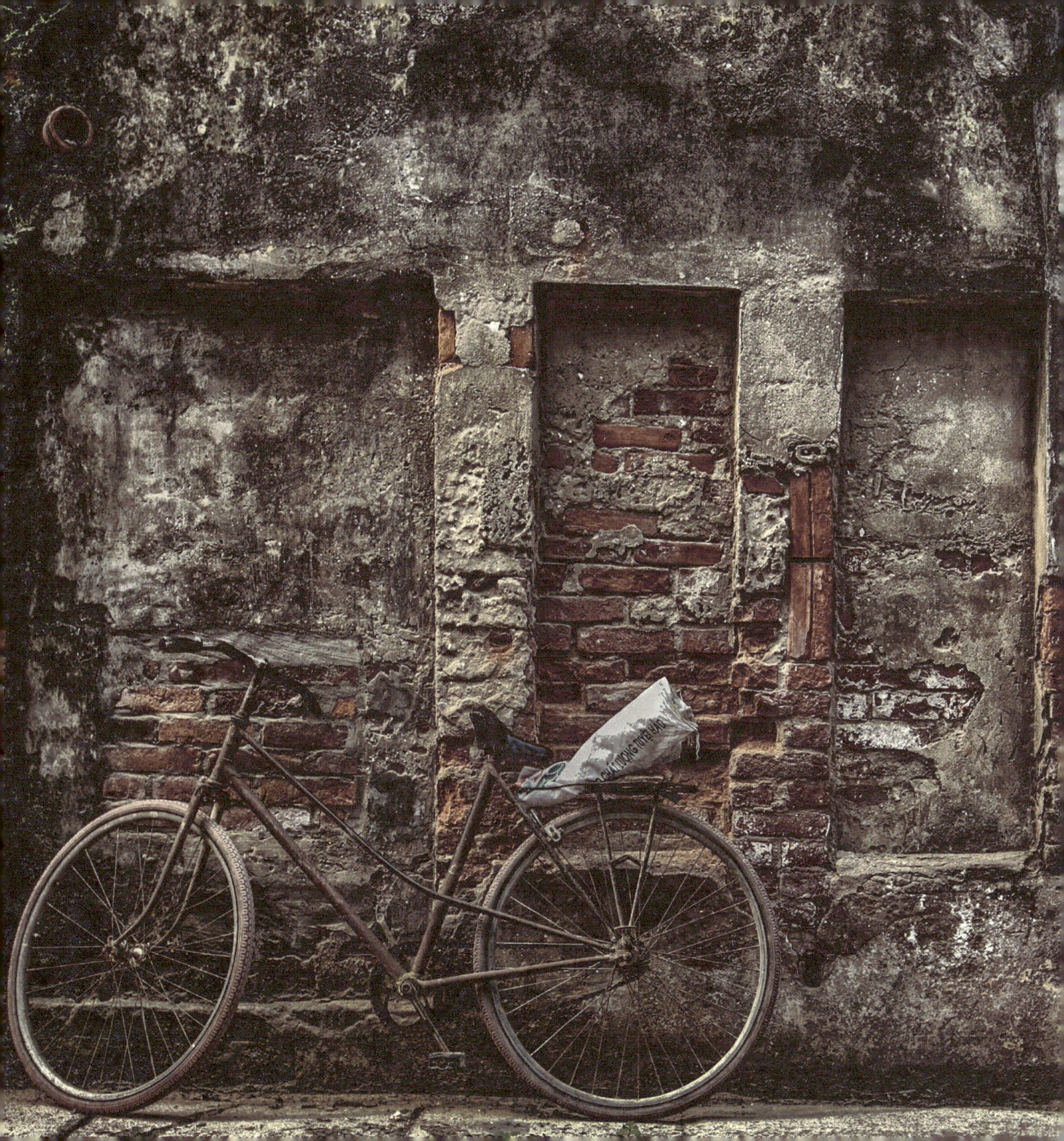

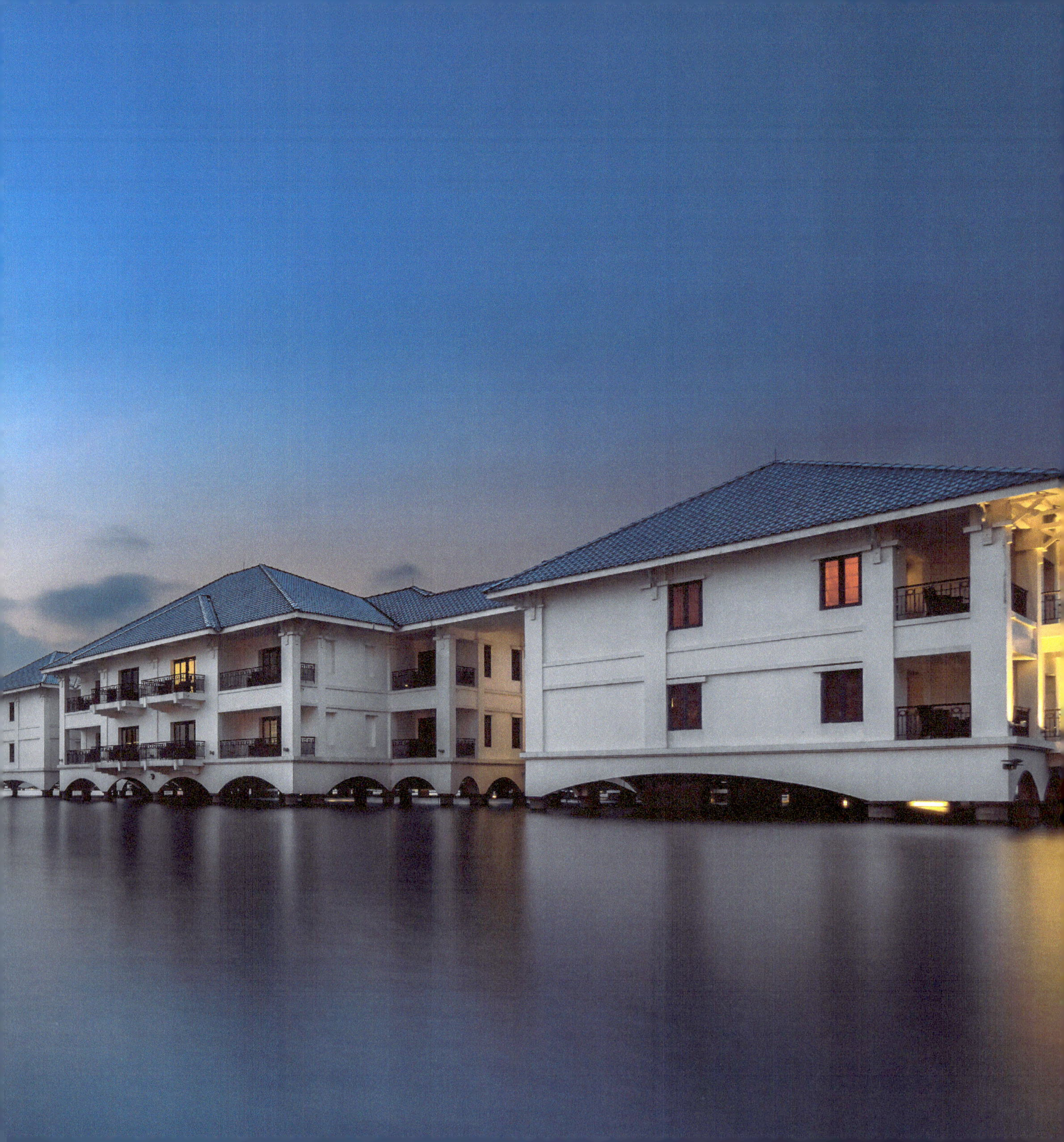

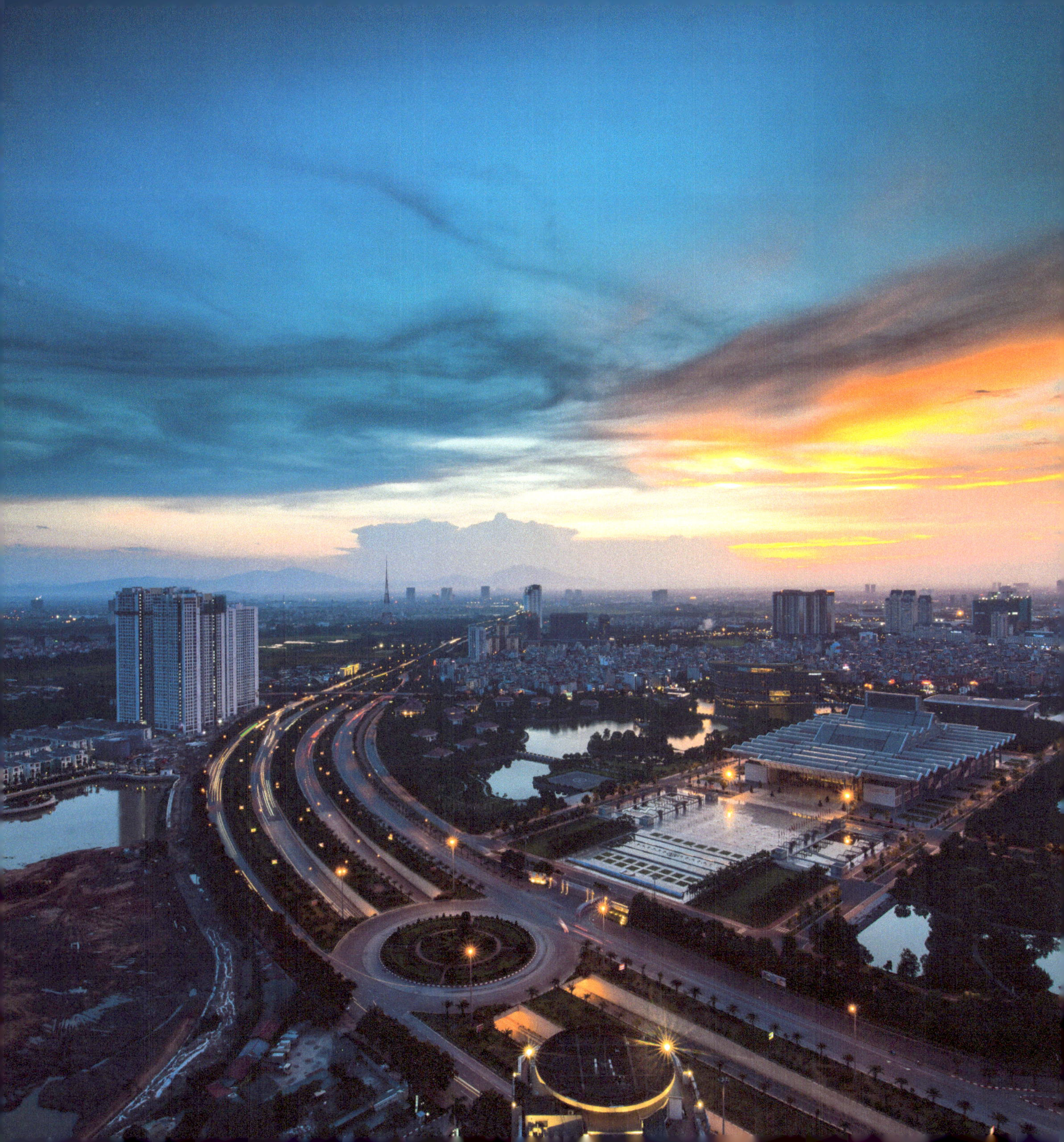

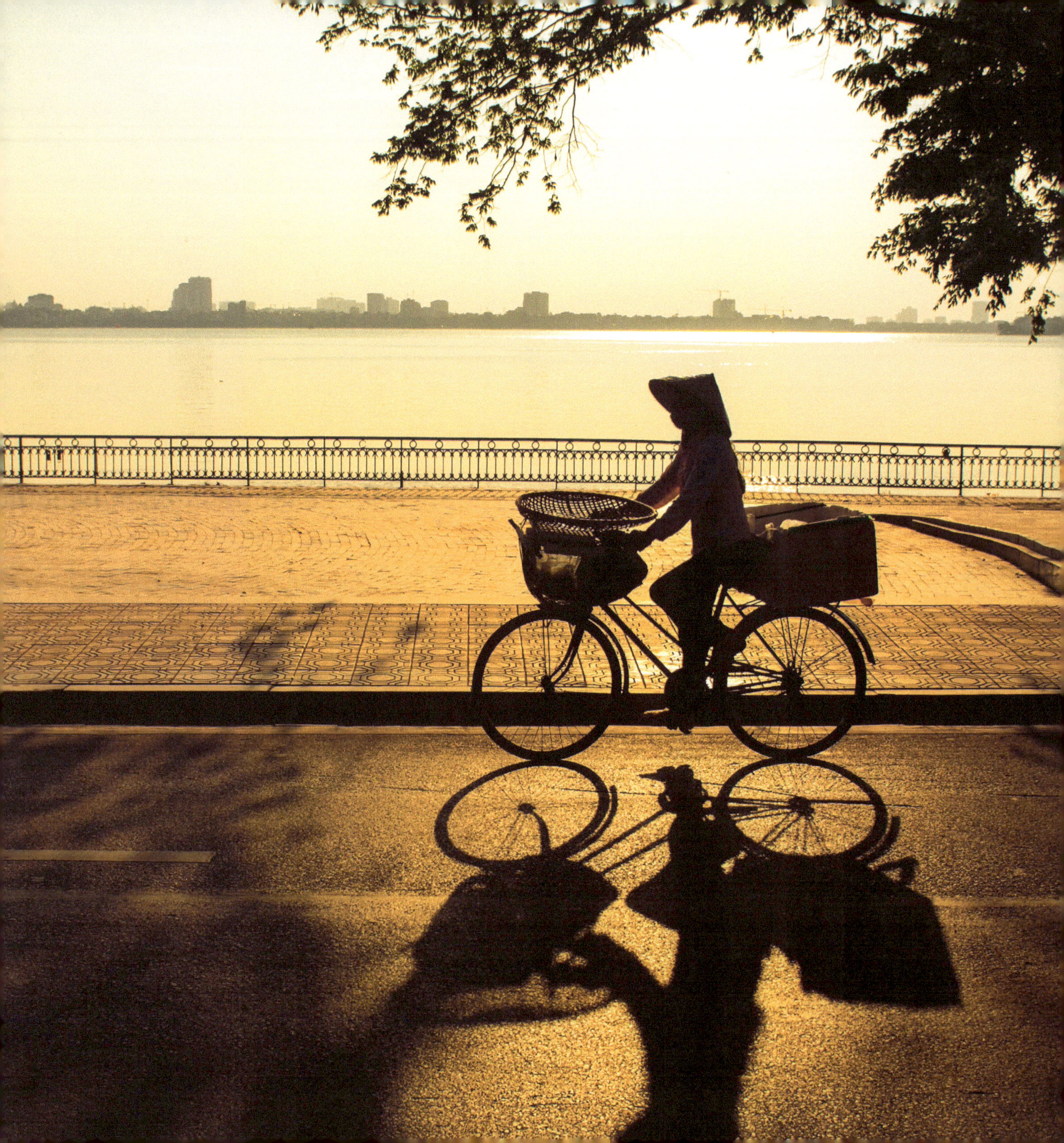

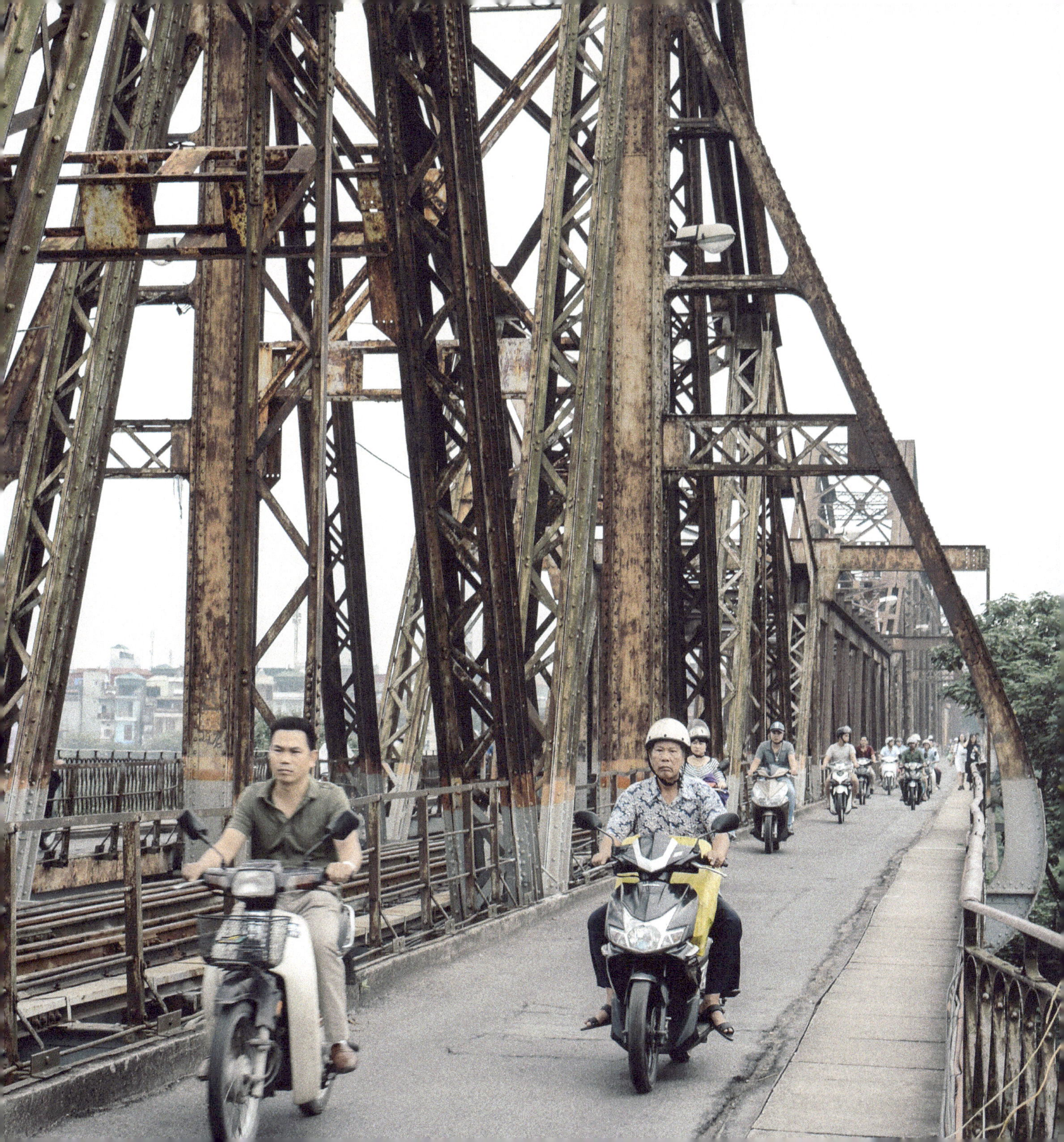

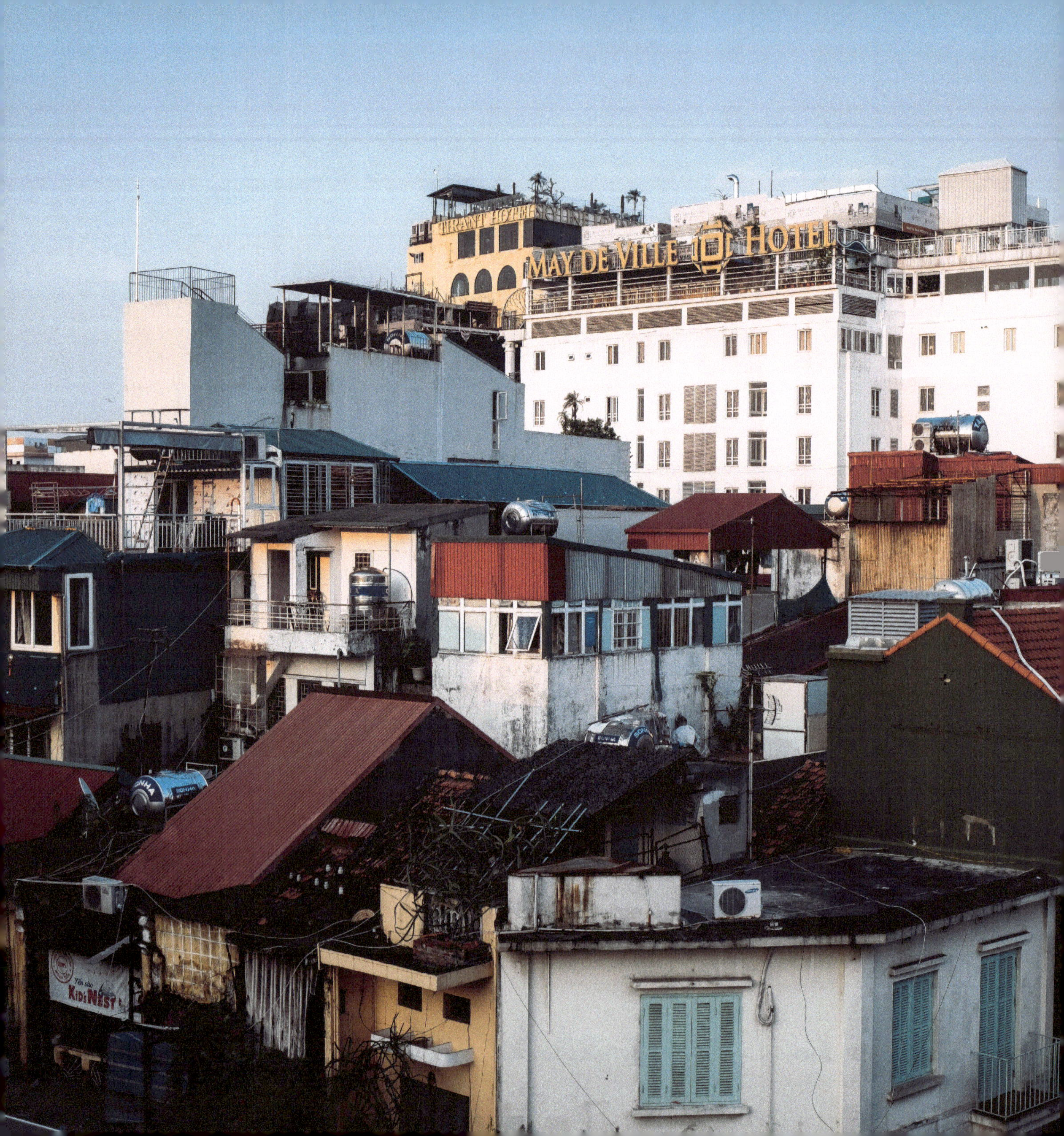
MAY DE VILLE HOTEL

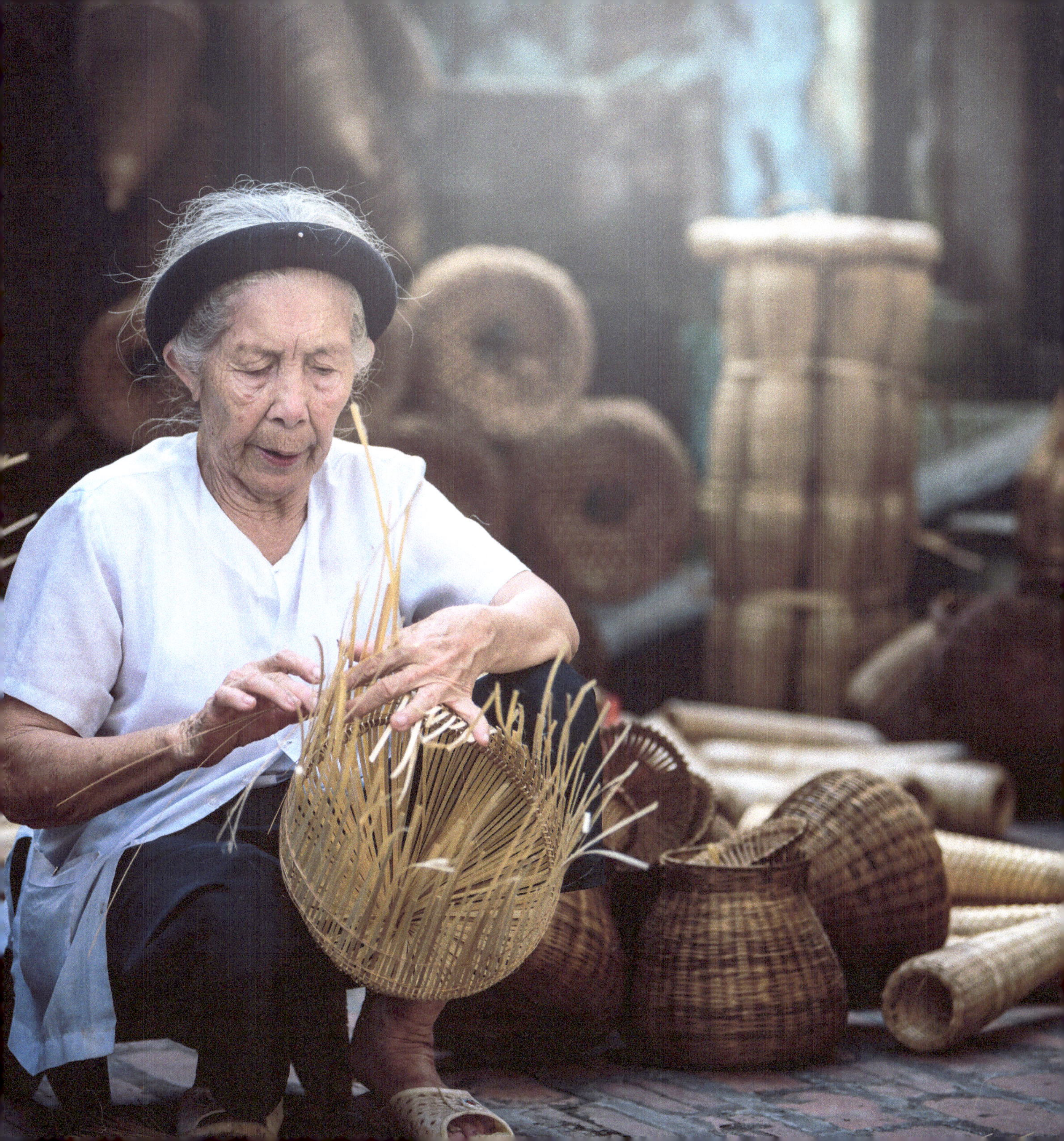

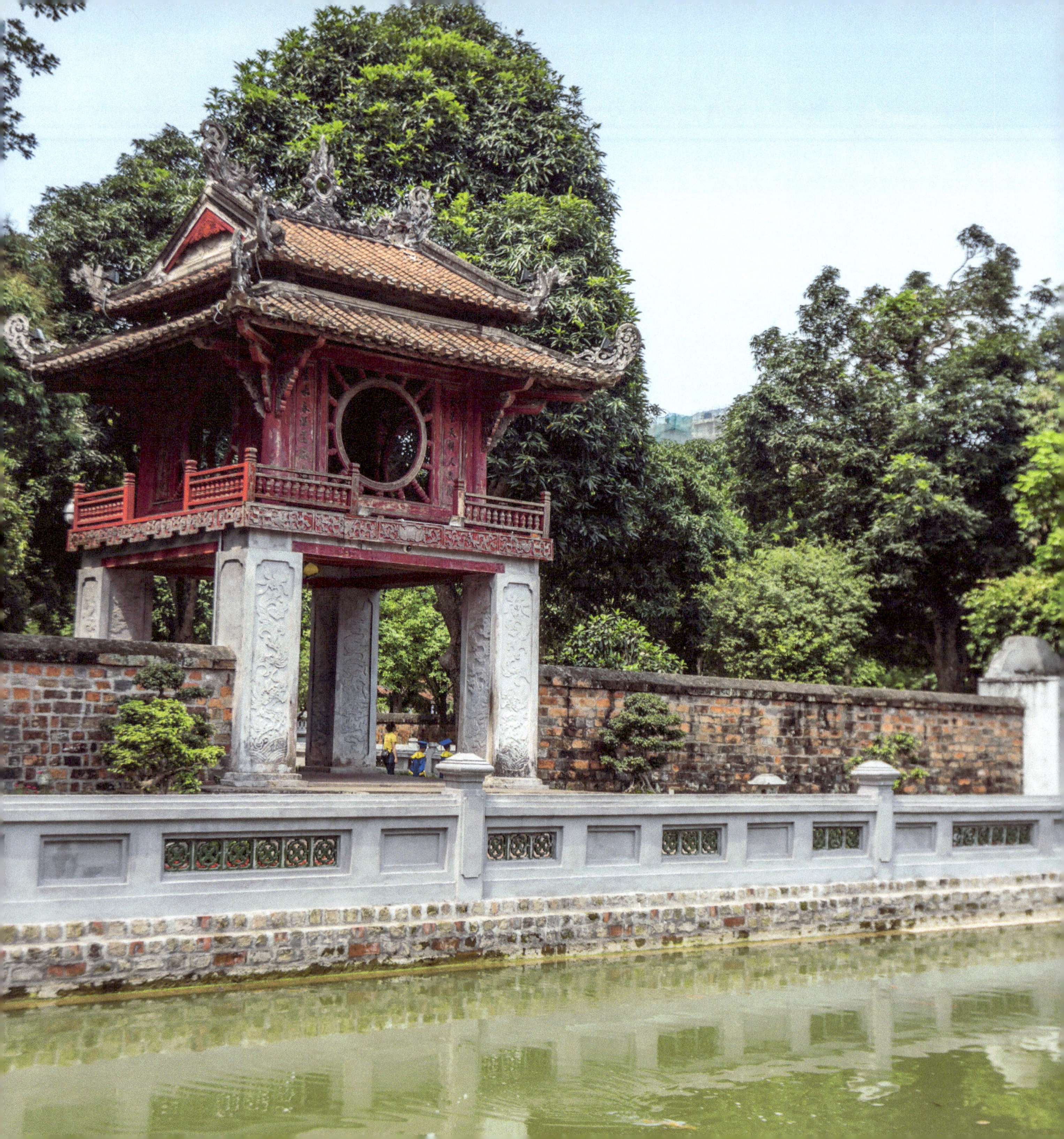

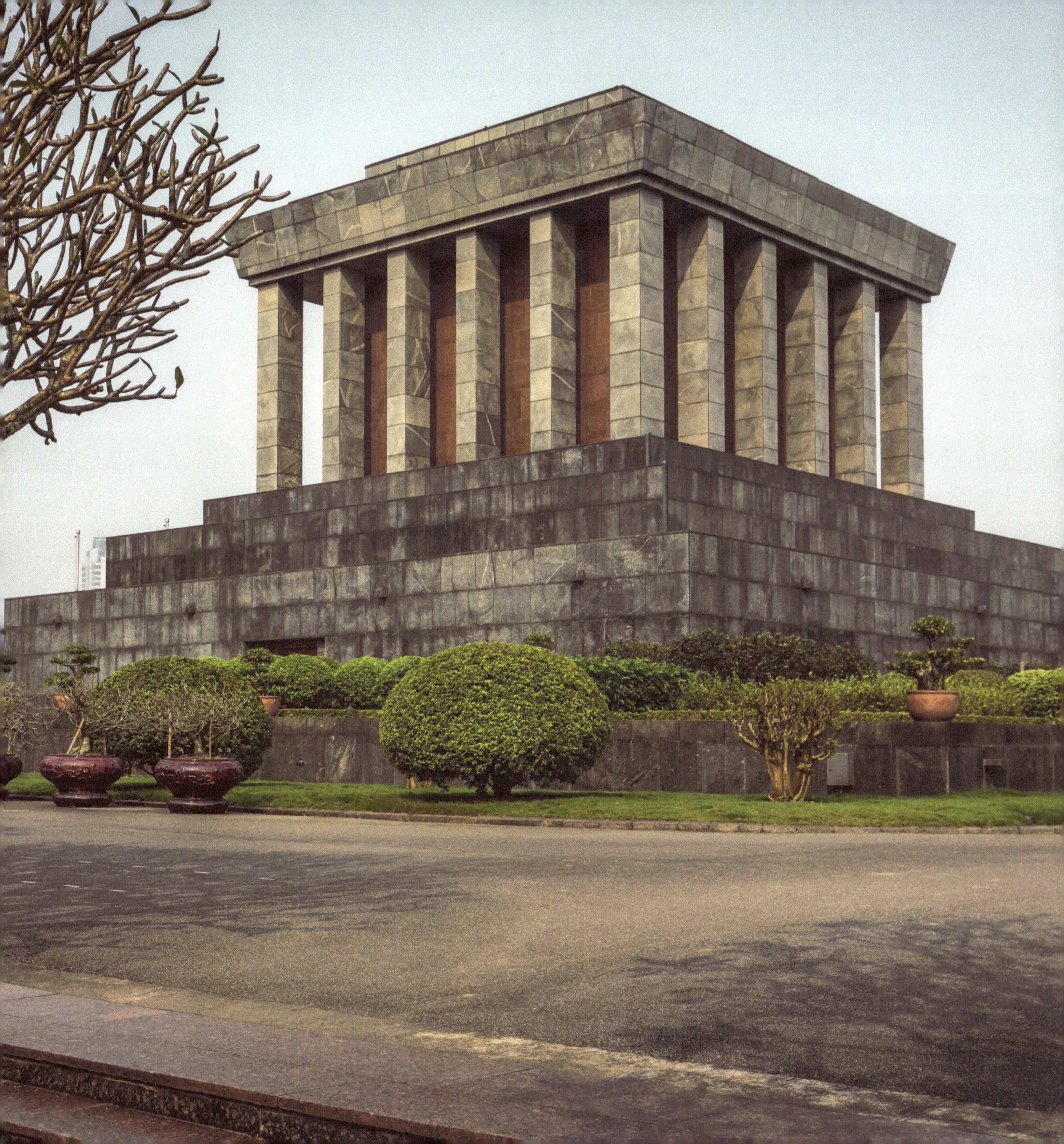

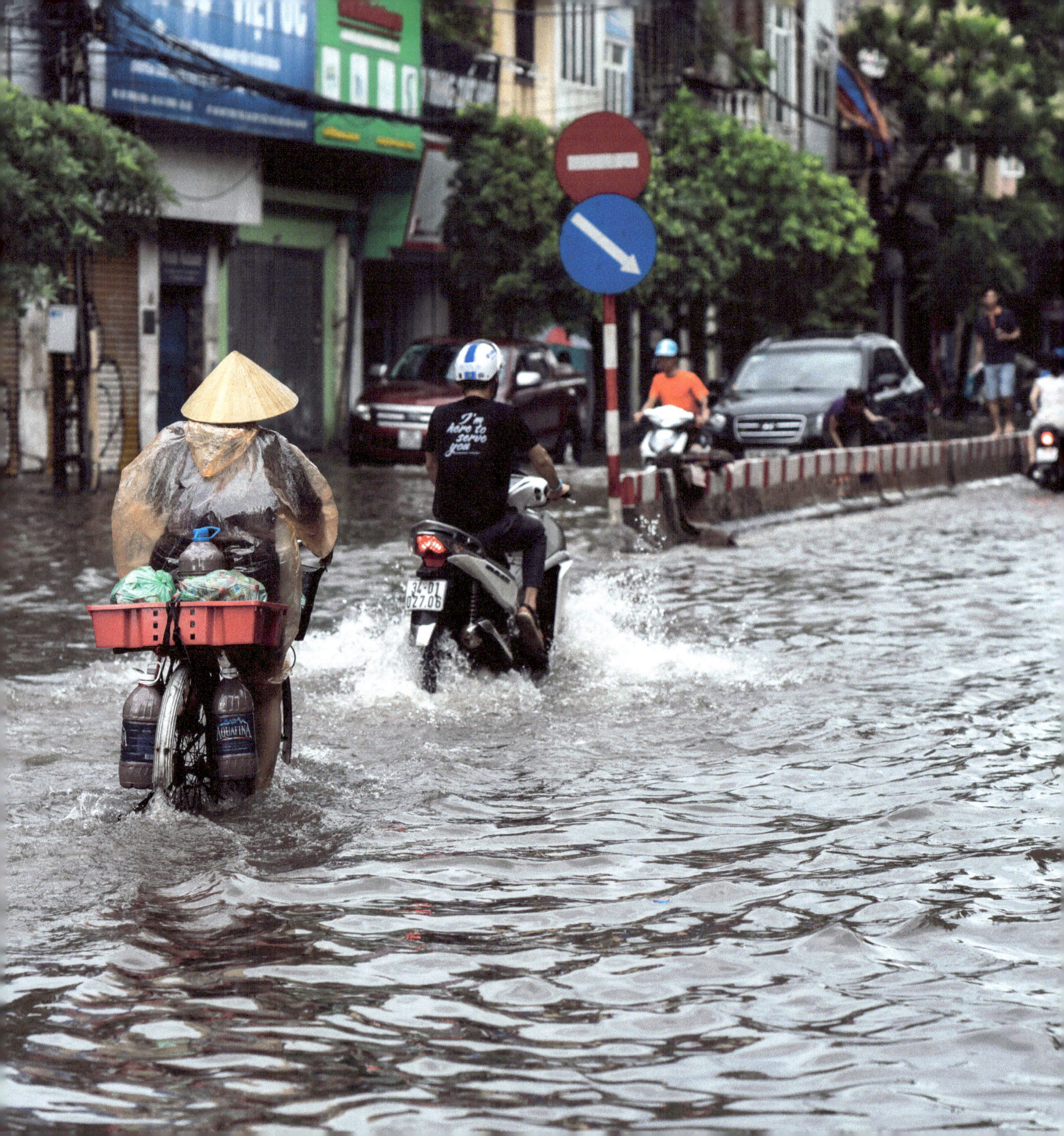
I'm here to serve you
34-D1
027.06
AQUAFINA

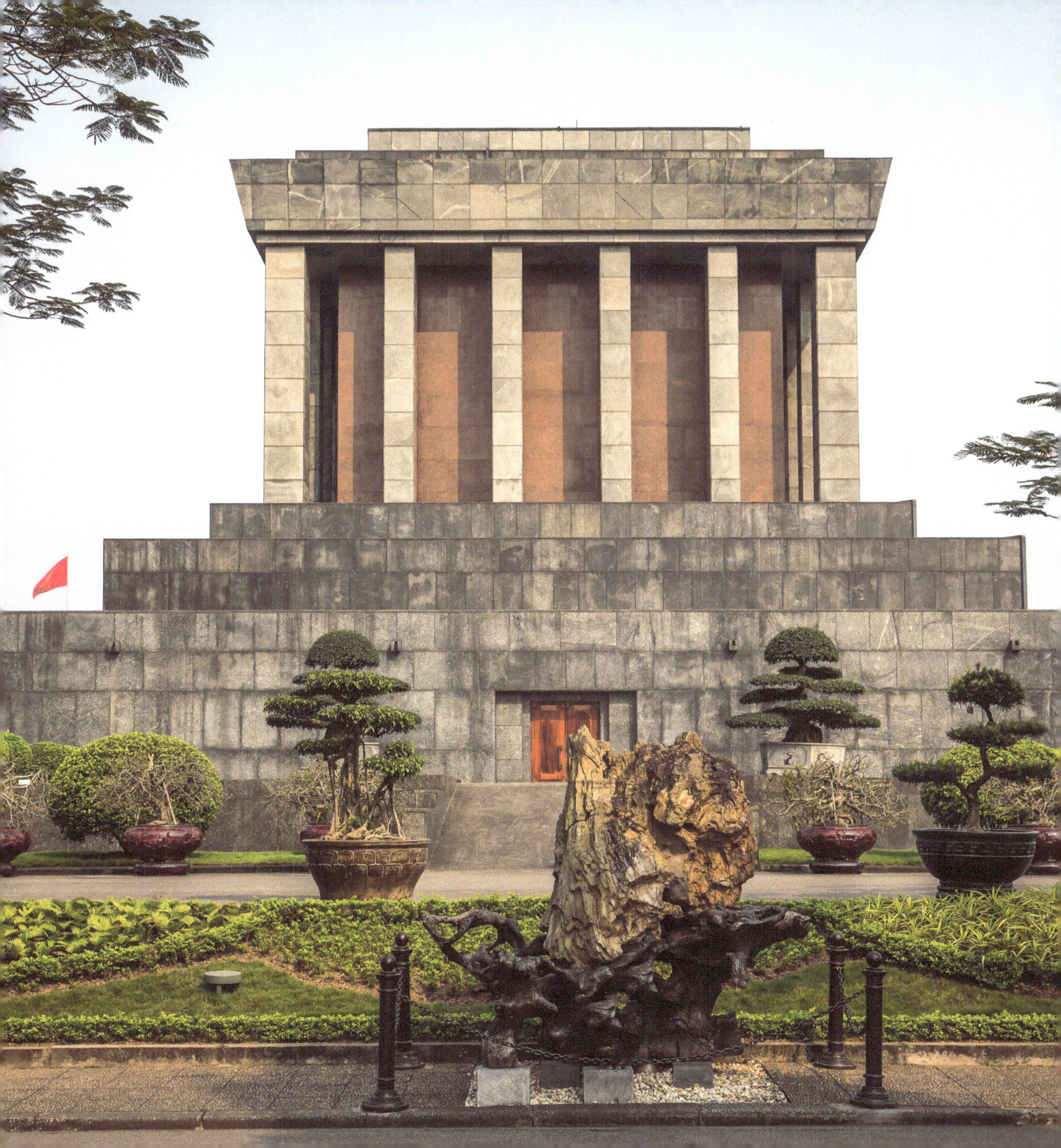

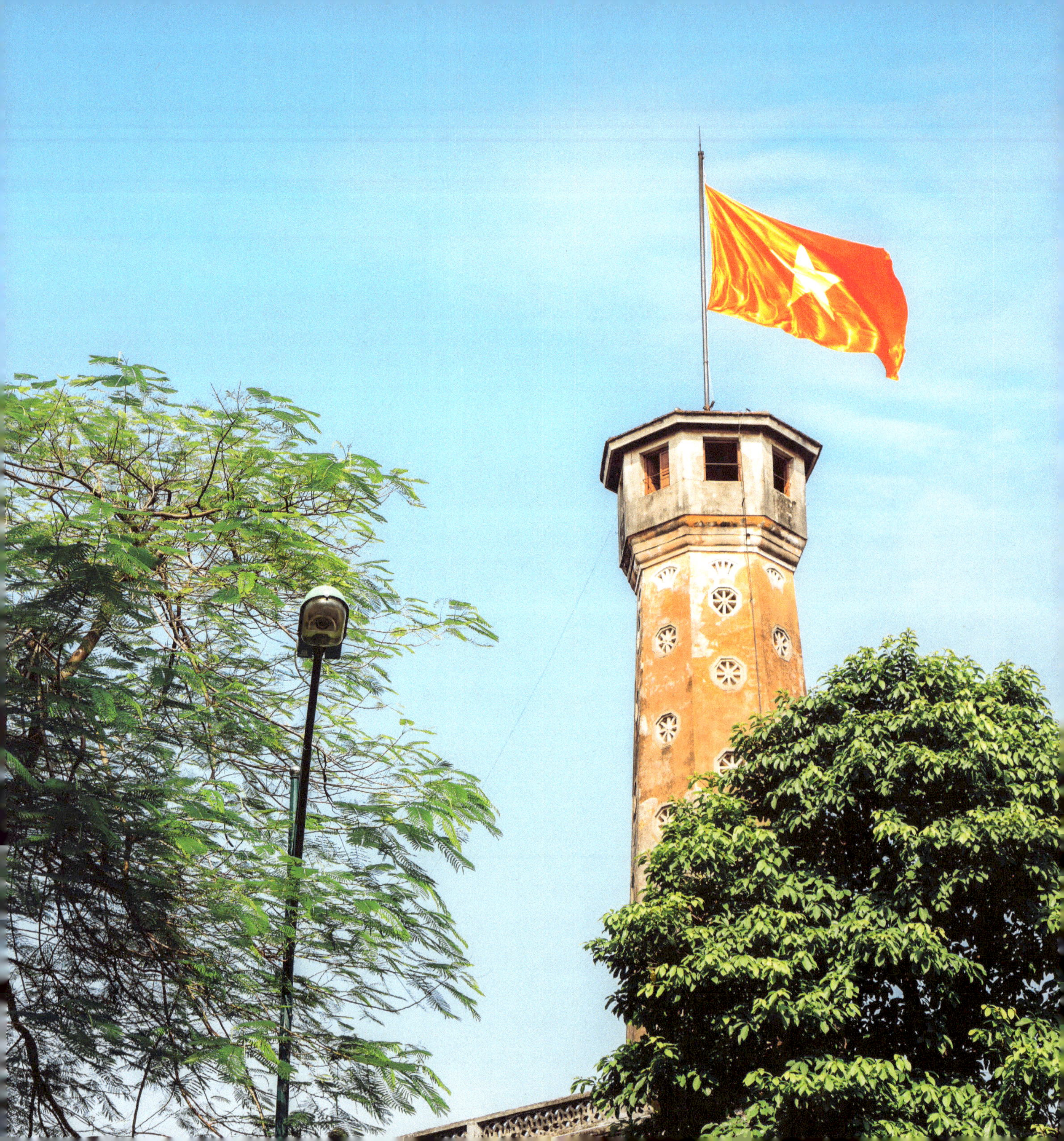

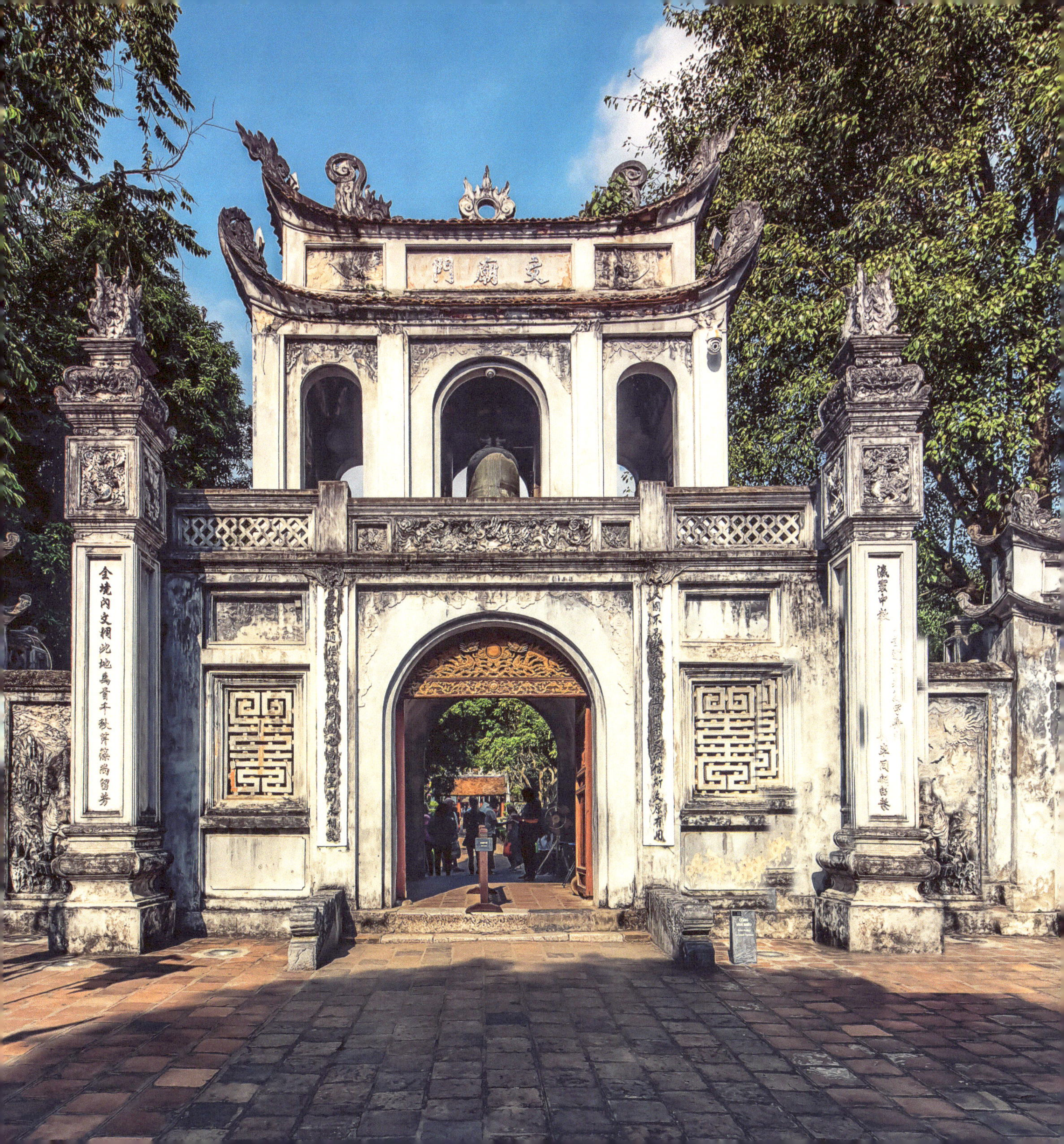
文廟門

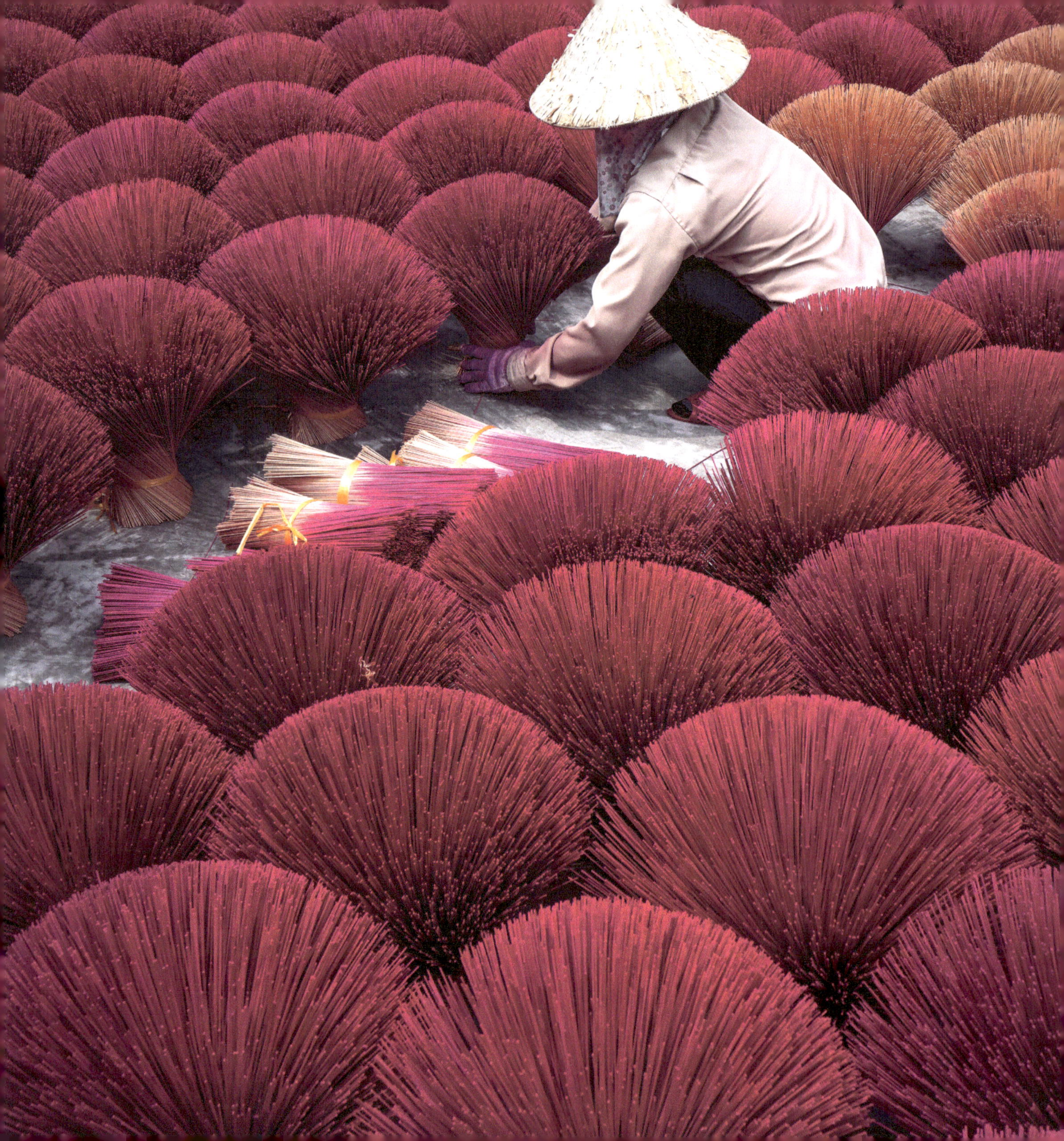

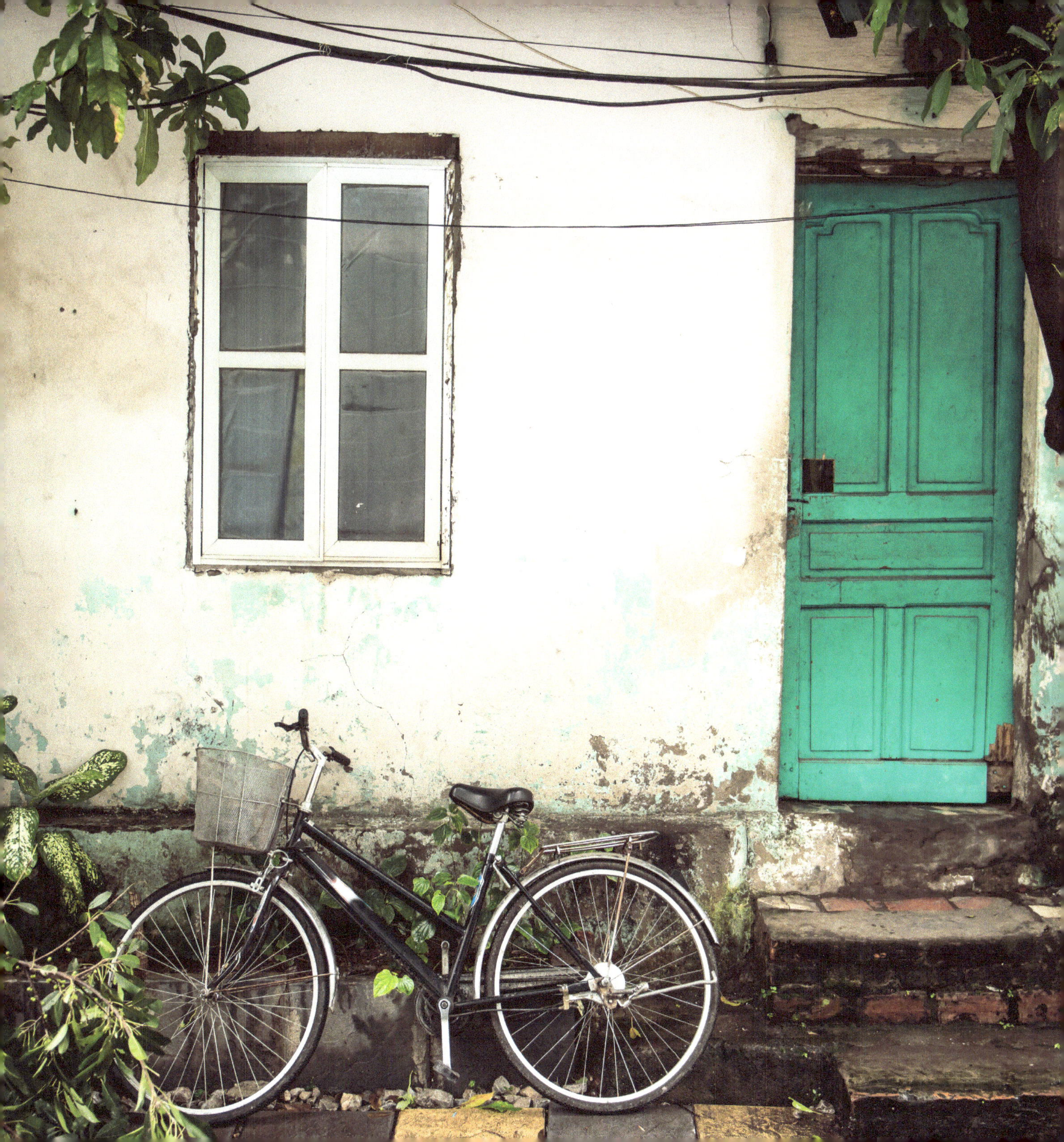

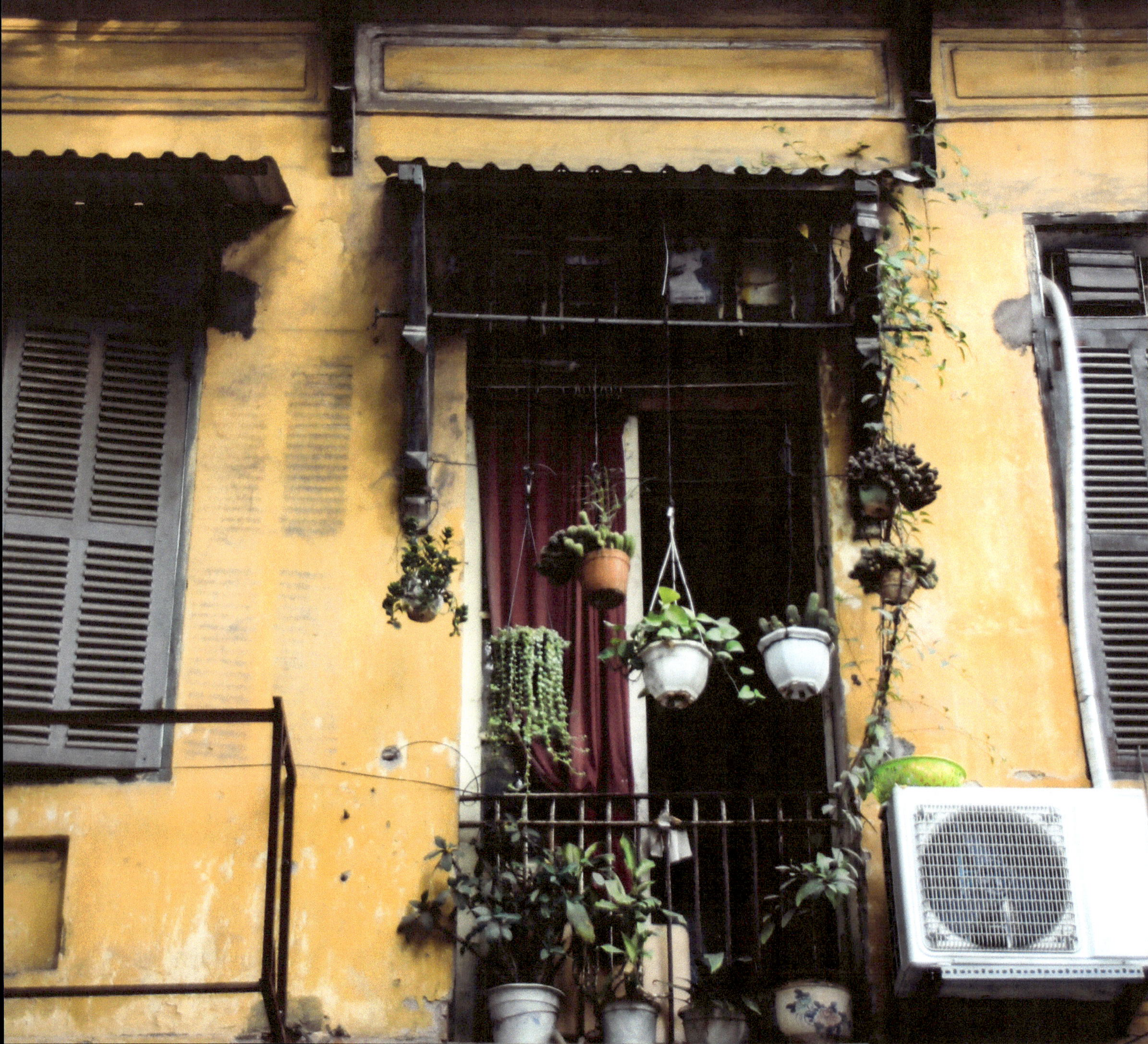

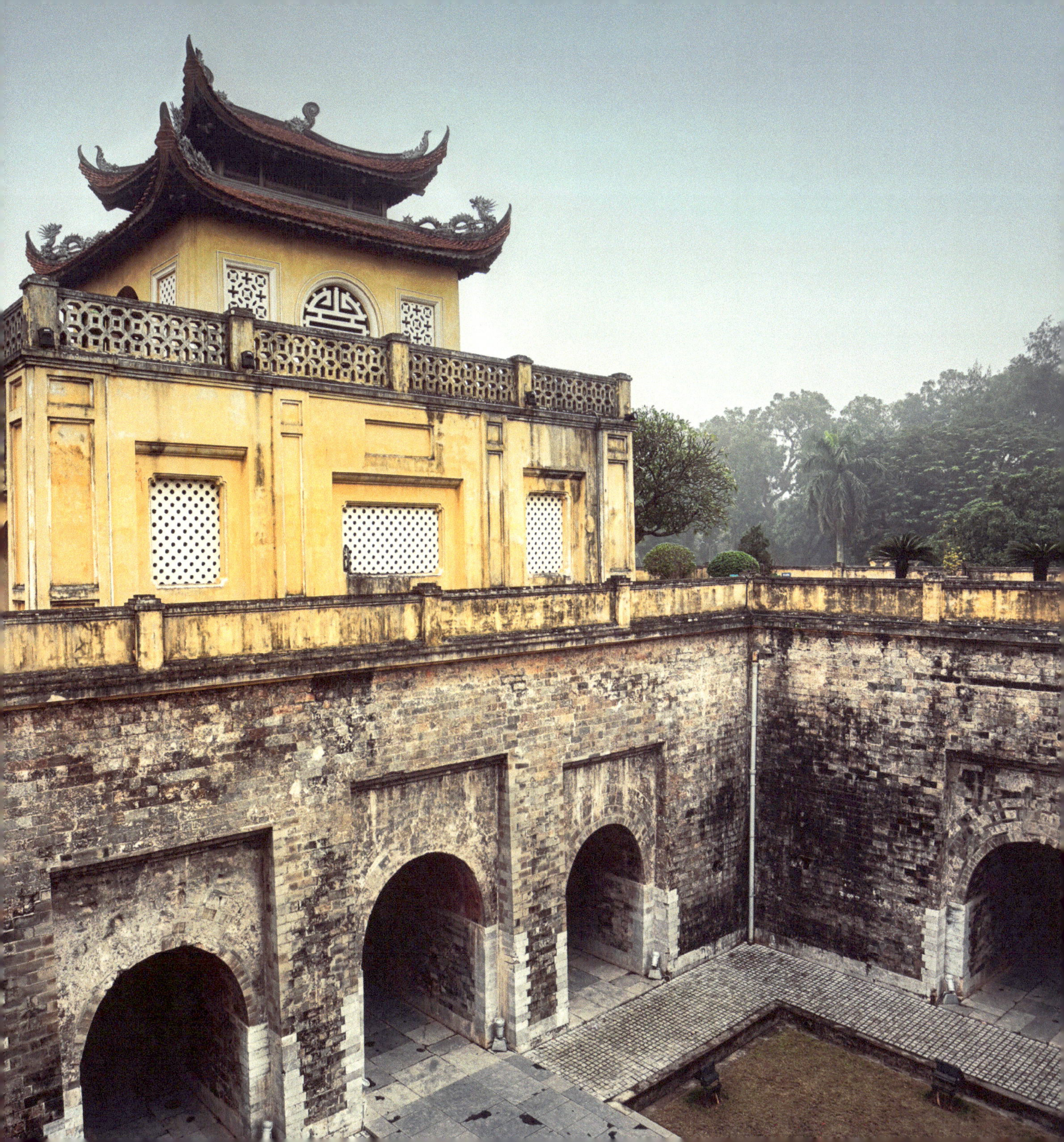

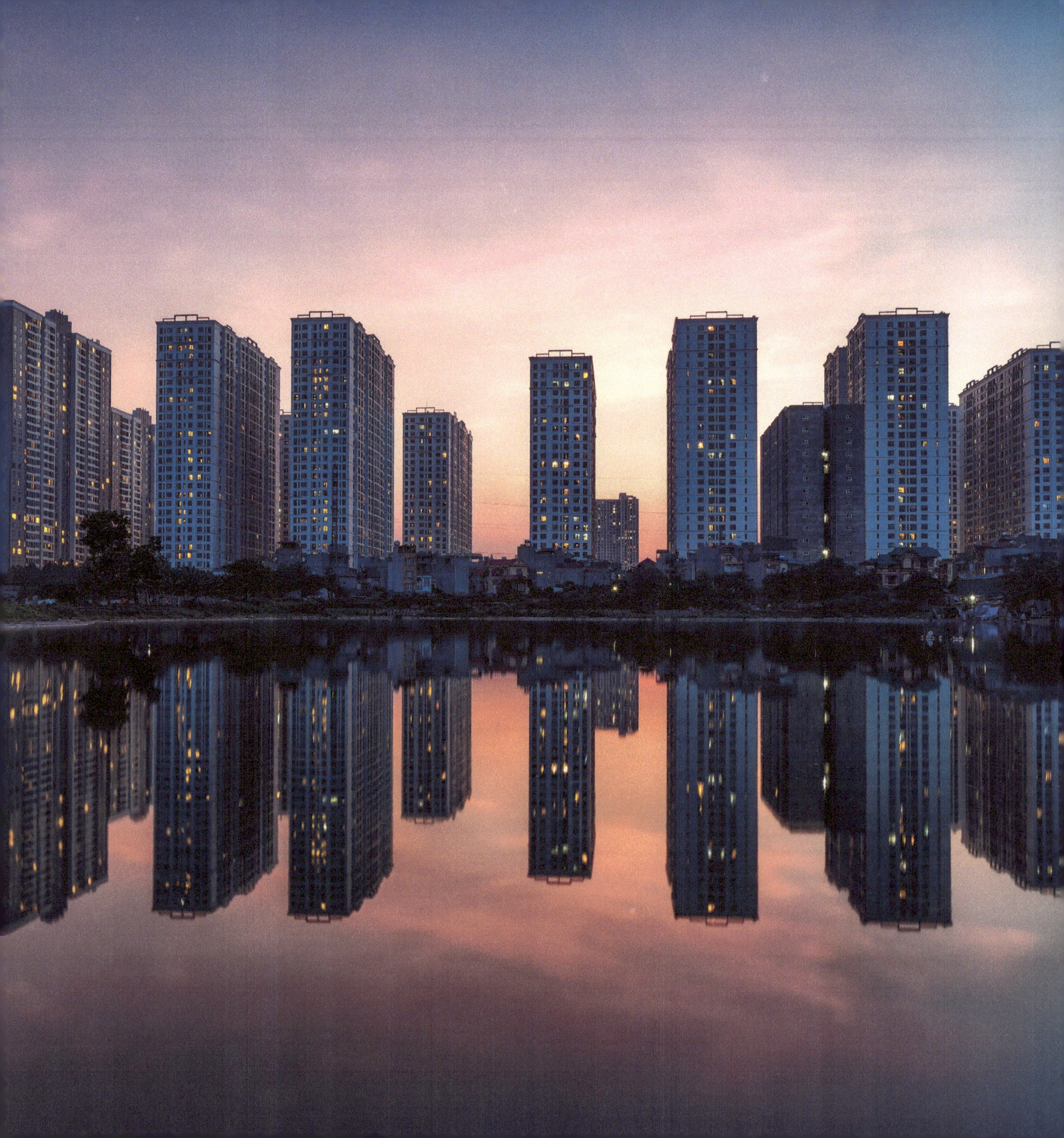

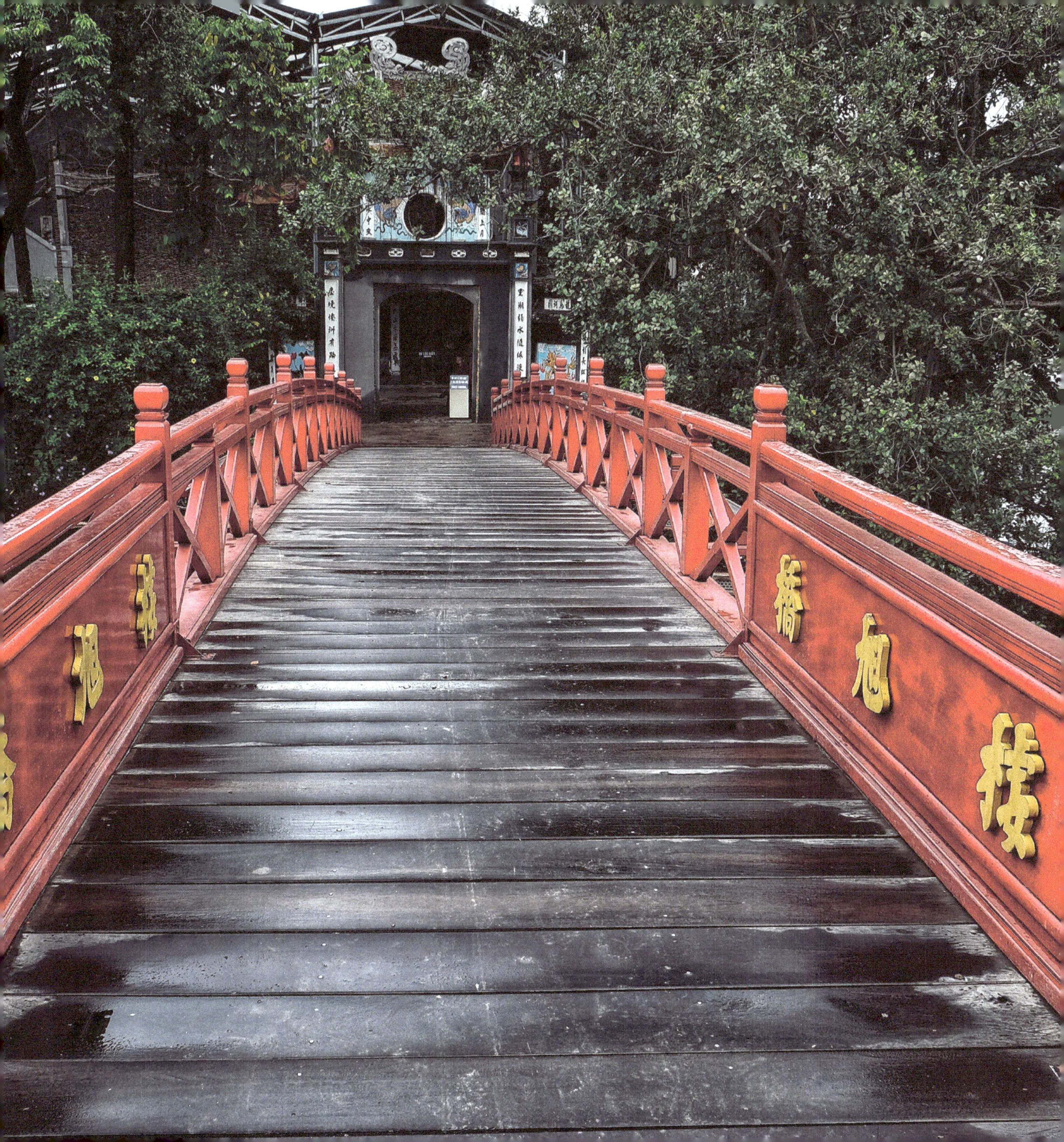
棲旭橋

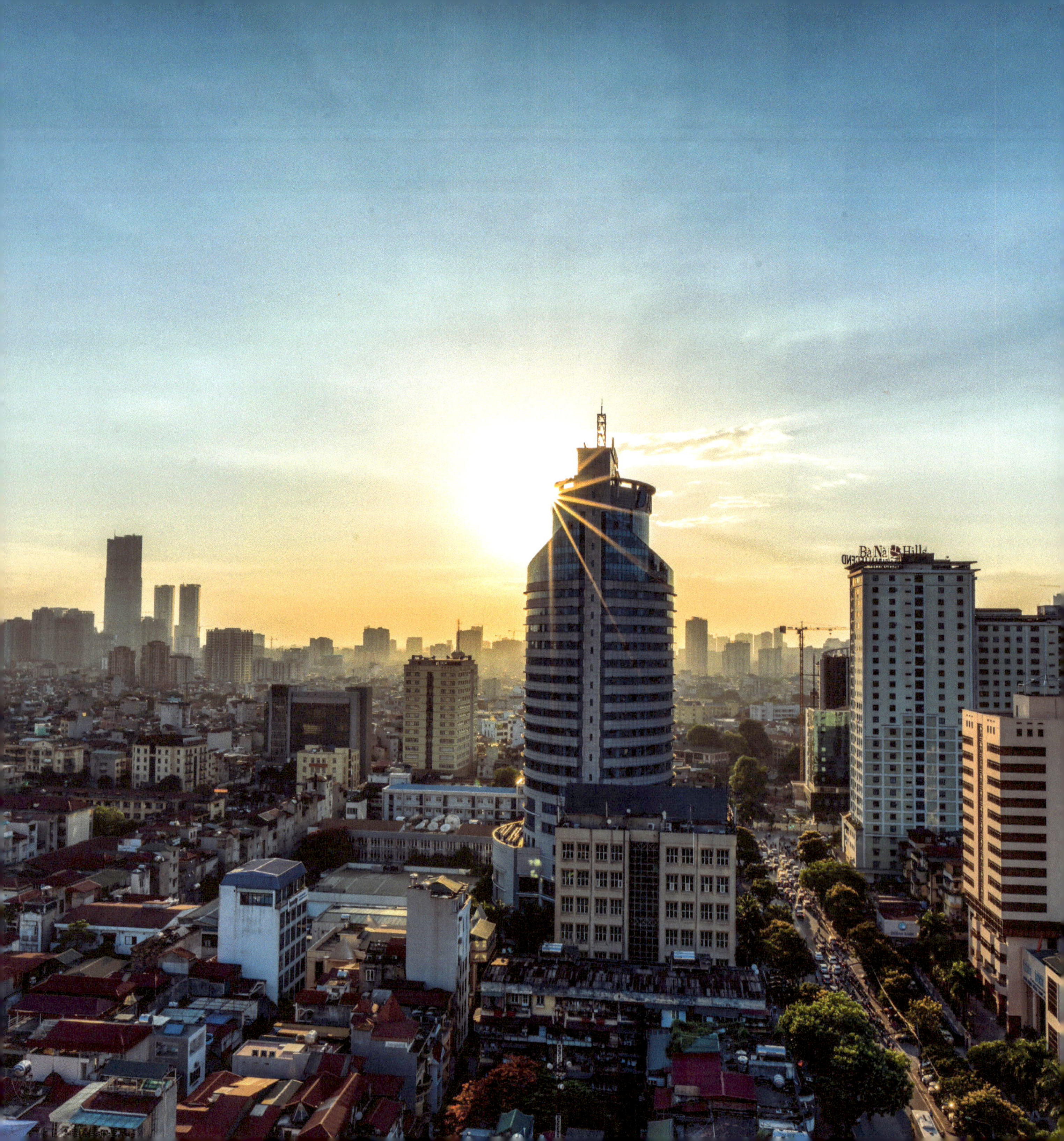
Bà Nà

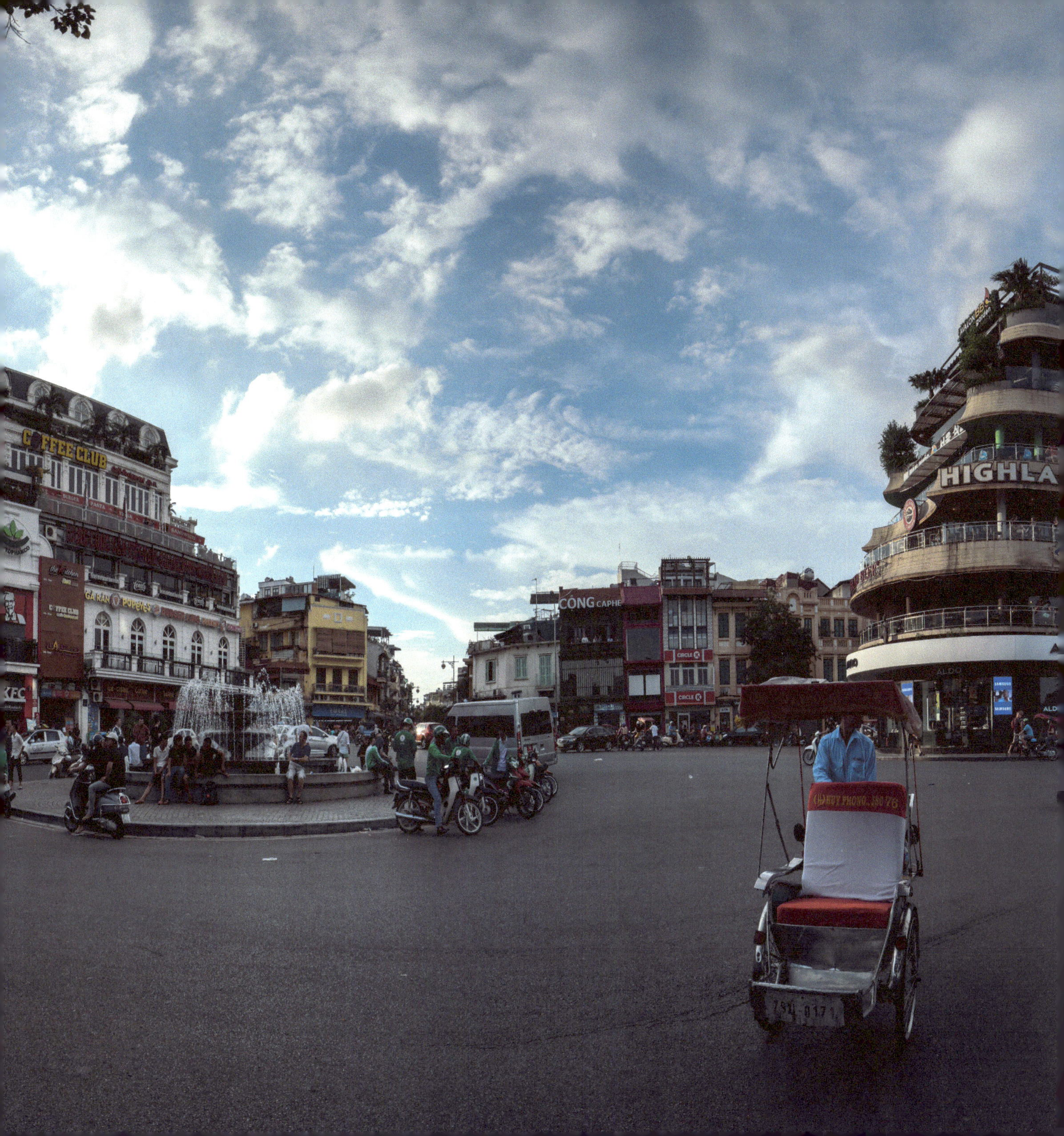
COFFEE CLUB
CÔNG CAPHE
HIGHLA
KFC

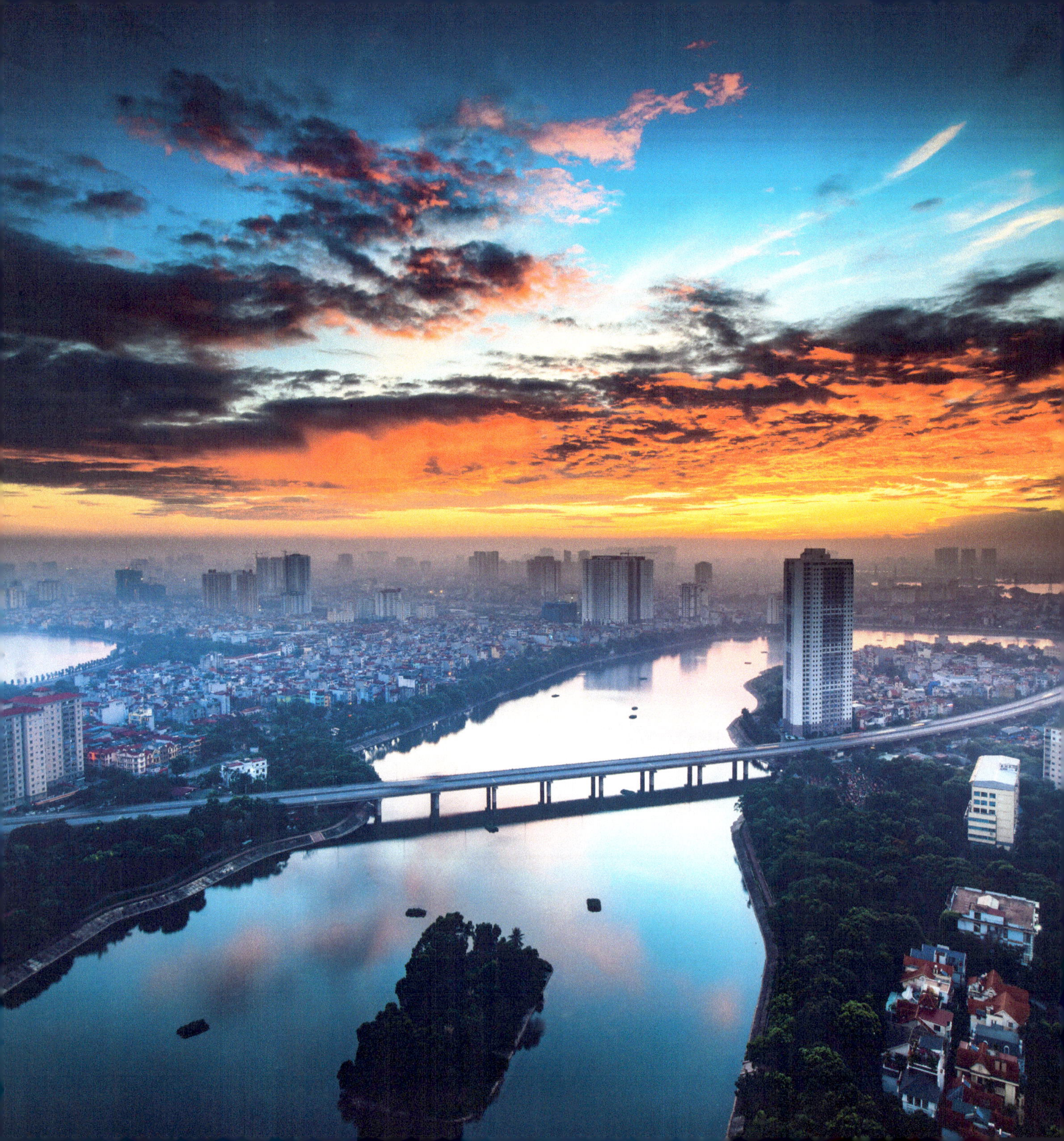

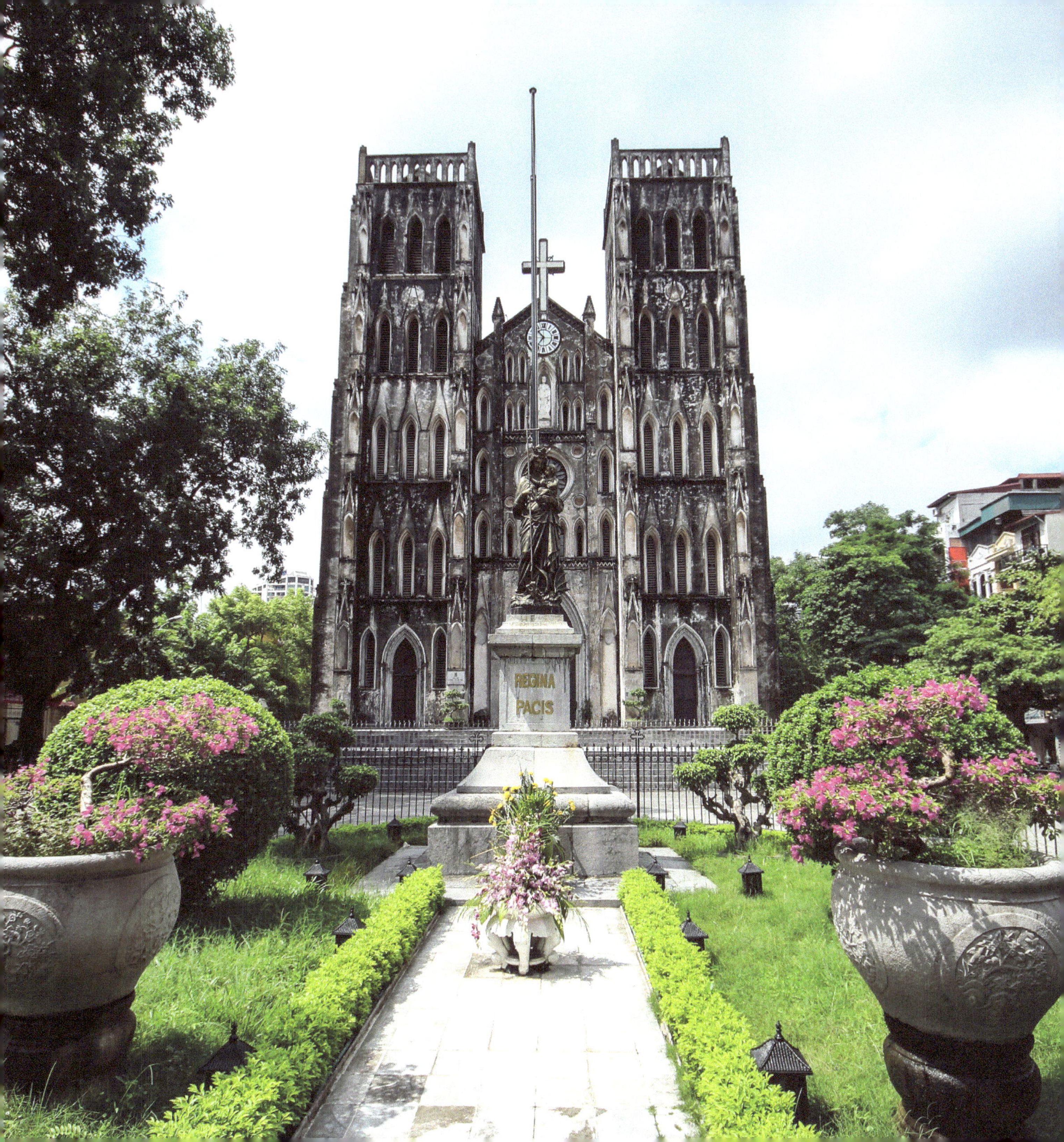
REGINA
PACIS

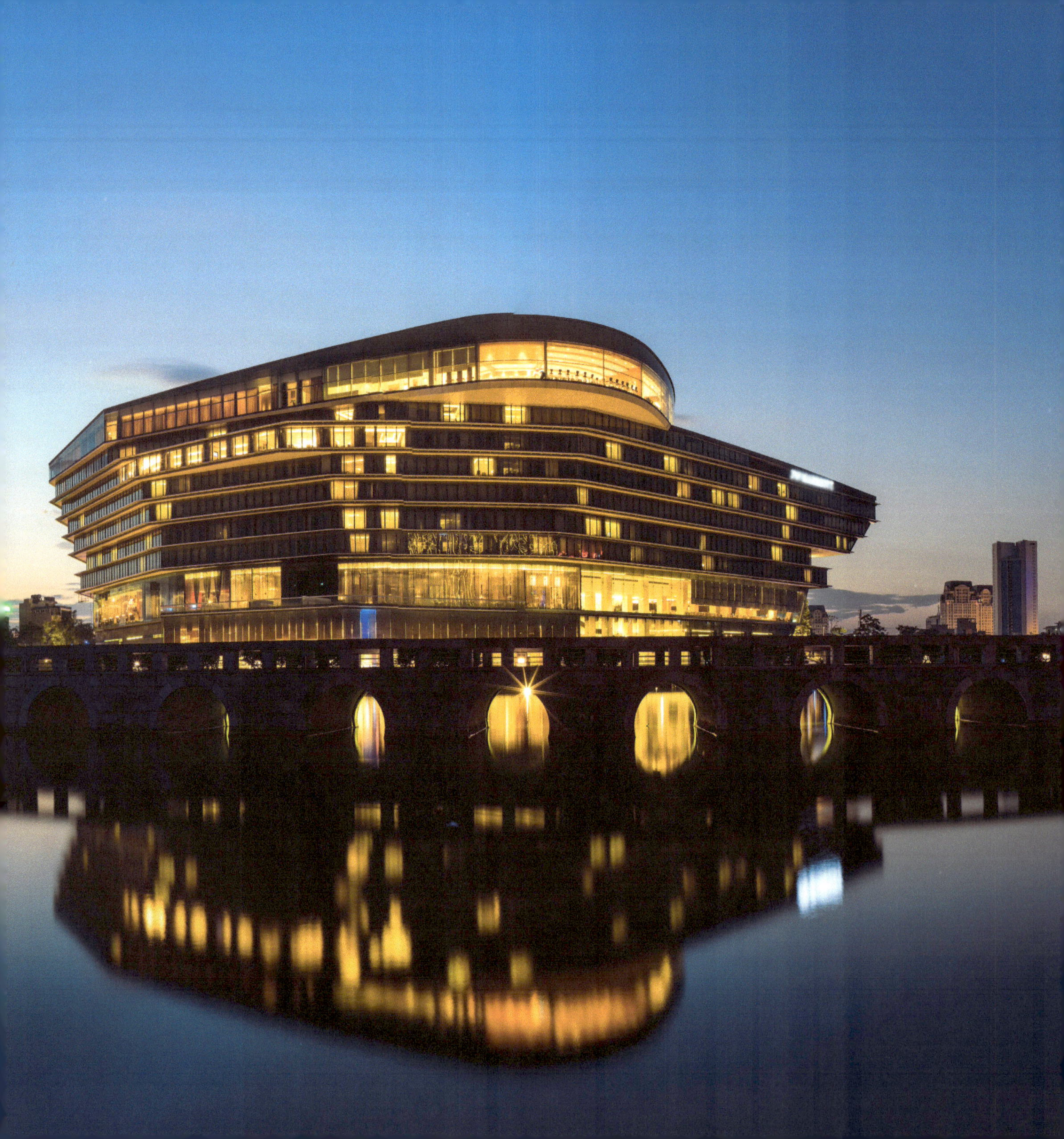

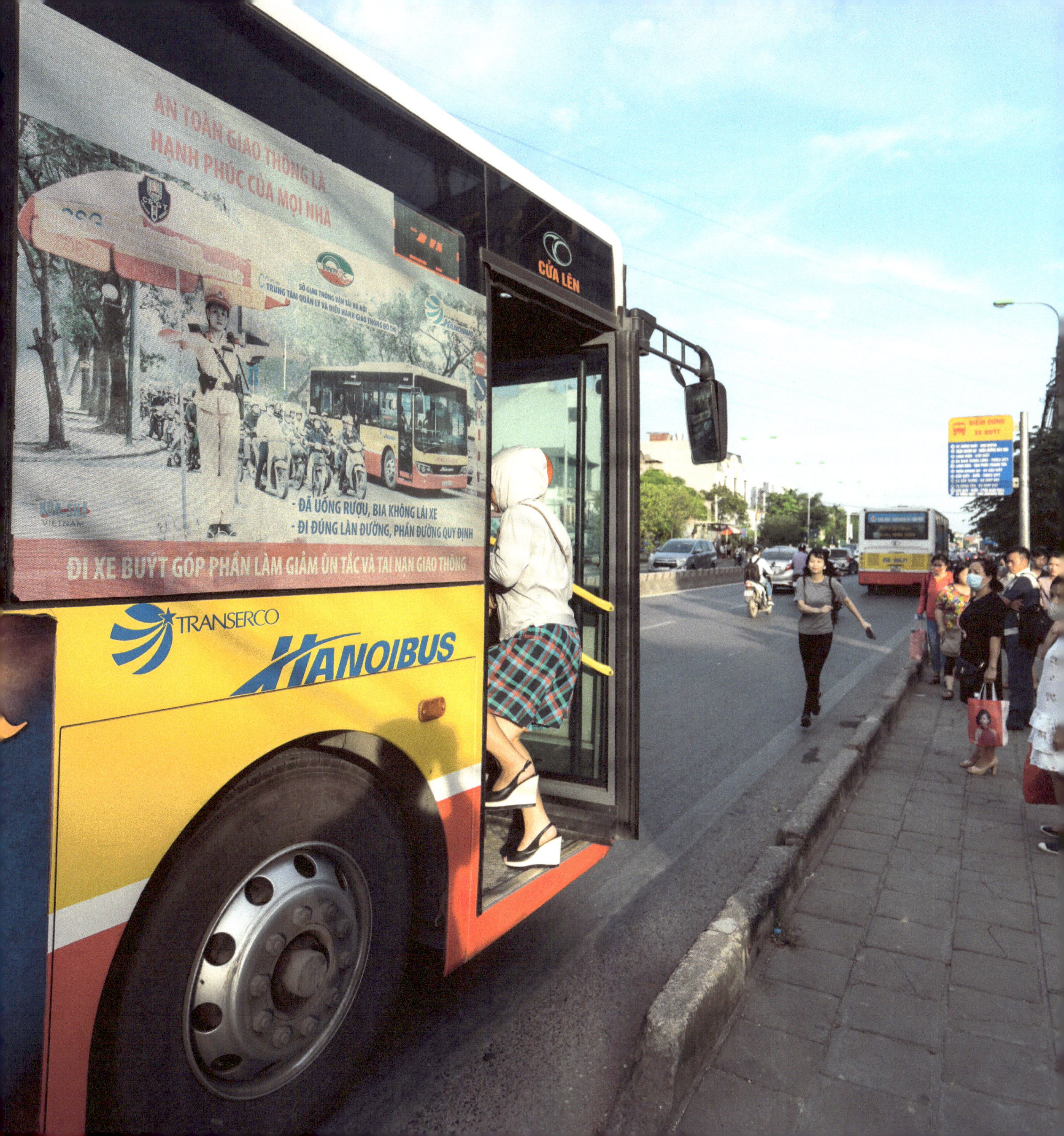
AN TOÀN GIAO THÔNG LÀ
HẠNH PHÚC CỦA MỌI NHÀ
- ĐÃ UỐNG RƯỢU, BIA KHÔNG LÁI XE
- ĐI ĐÚNG LÀN ĐƯỜNG, PHẦN ĐƯỜNG QUY ĐỊNH
ĐI XE BUÝT GÓP PHẦN LÀM GIẢM ÙN TẮC VÀ TAI NẠN GIAO THÔNG
CỬA LÊN
TRANSERCO
HANOIBUS

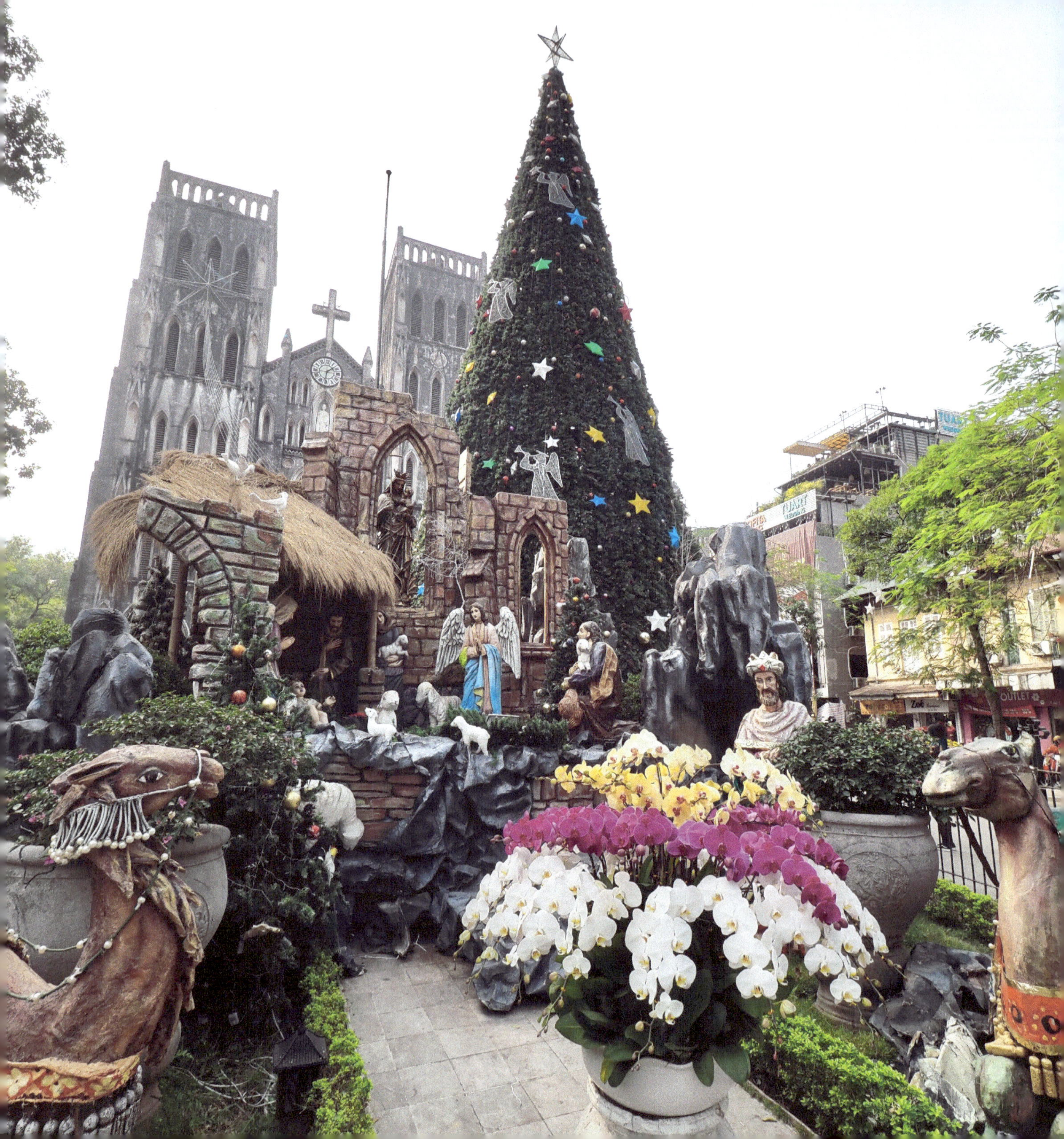
OUTLET

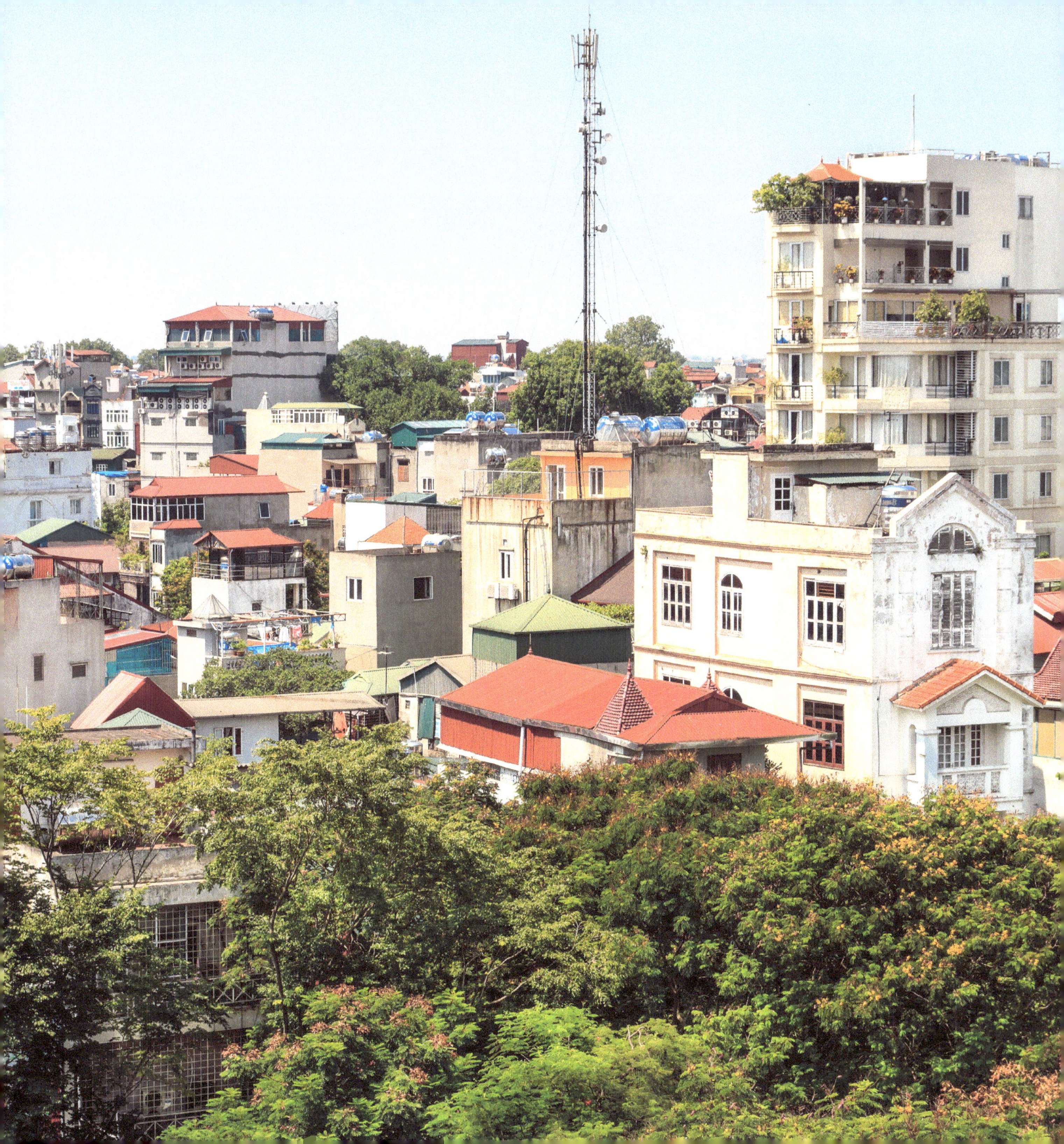

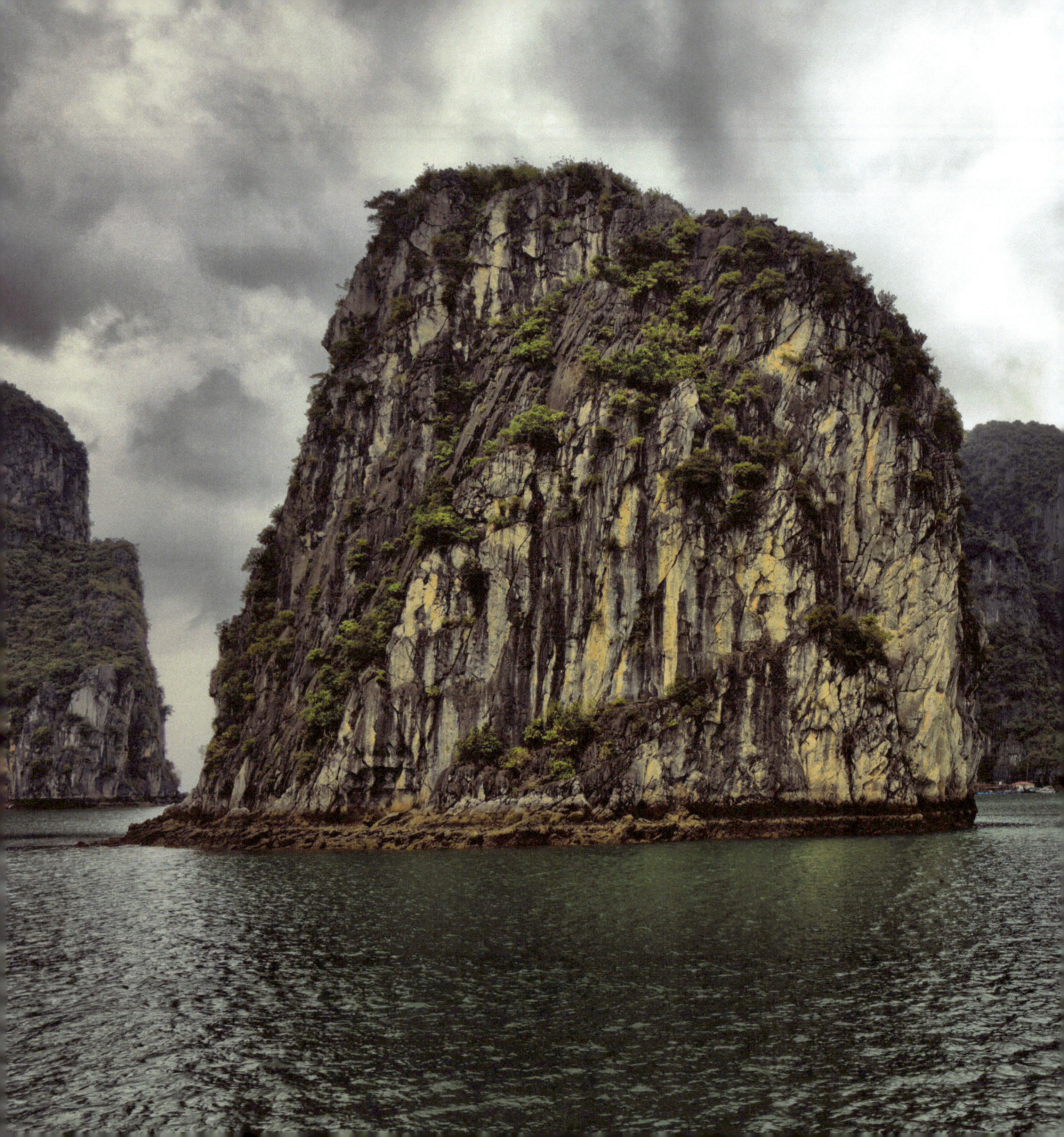

www.ingramcontent.com/pod-product-compliance
Lightning Source LLC
Chambersburg PA
CBHW040417220526
45473CB00004B/1270
9798419423107